ரித்னாபூரிக்
றஜு

ரித்னாபூரின் மழை

அசோக் ராம்ராஜ்

நூல் வனம்

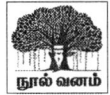

ரித்னாபூரின் மழை
சிறுகதைகள்
அசோக் ராம்ராஜ்

Rhithapoorin Mazhai
Short Stories
Ashok Ramraj

Published by: **Noolvanam**, M22, Sixth Avenue
Alagapuri Nagar, Ramapuram
Chennai - 600 089. +91 91765 49991
Email: noolvanampublisher@gmail.com

ISBN: 978-81-9337-361-8
First Edition: February 2021
128 Pages   Price Rs.150

Designed & Printed by **Ramani Print Solution**

... கோணங்கிக்கு ...

அறிமுகக் குறிப்பு:

அசோக் ராம்ராஜ் 1988ம் ஆண்டு சங்கரன்கோவிலில் பிறந்தார். சங்கரன்கோவில் மற்றும் அதன் சுற்று வட்டாரங்களில் பள்ளிப்படிப்பை படித்தவர், தொடர்ந்து தனது பொறியியல் கல்லூரி படிப்பை சென்னையில் முடித்தார். தற்போது சென்னையில் வசித்து வருகிறார். 2015ல் சிறுகதைகள் எழுதத் துவங்கினார்.

இத்தொகுப்பிலுள்ள ஆறு கதைகள் சங்கரன்கோவில் மற்றும் அதைச் சுற்றியுள்ள சிறு ஊர்கள், கிராமங்கள் பற்றியவை. மற்ற கதைகள் தாங்கள் நிகழும் நிலங்களை, காலங்களை தாங்களே தேர்ந்து கொண்டவை.

இது அவரது முயற்சிகளின் முதல் தொகுப்பு.

ரித்னாபூரின் மழை	9
ஏலாம்பூரின் பழைய கல்	24
இடப்பெயர்வு	35
நெற்கட்டாஞ்செவலின் ஈசல்	43
கோமதிசருக்கம்	57
தவம்	69
வல்லபம்	81
திரும்புதல்	89
சீவலமாறன் வீடுபேறு அடைந்த கதை	98
எல்லைகளுக்கு அப்பால்	112

நன்றி

கோணங்கி, ச.முருகபூபதி,
சங்கீதா, மகள் சஹானா மற்றும் அம்மாவுக்கு...

சிற்றிதழ்கள் - கல்குதிரை, சிலேட், இடைவெளி.

1
ரித்னாபூரின் மழை

"எனது பெயர் முக்கியமல்ல. நீங்கள் வாசிக்கும் இந்த துண்டுப் பிரசுரம் மிக முக்கியமானது. நான் காஞ்சிபுரம் ம்யூசியத்தில் பல வருடங்களாக காவலாளியாக பணிபுரிகிறேன். மிகப் பழமையான விளக்கொன்று எங்கள் காட்சியகத்திலிருந்து நேற்று காணாமல் போய்விட்டது. தோற்ற ரகசியம் அறியமுடியாத அதன் தொன்மையும், அதில் தீட்டப்பட்டிருந்த நுட்பமான வேலைப்பாடுகள் கொண்ட, இந்த நிலப்பகுதியிலிருந்து இப்போது காணாமலே போய்விட்ட புராதன மலரொன்றின் அமைப்பும் அதன் மறைவை தற்போது பெரும் கவலைக்குரியதாக ஆக்குகிறது. தினமும் இங்கு வந்து போகிறவர்கள் குறைந்த அளவிலேயே இருப்பதால் அது காணாமல் போவதற்கான வாய்ப்புகள் இல்லை என்றாலும் நிறைய விசாரணைகளுக்கும், அலசல்களுக்கும் பிறகு விளக்கு காணாமல் போன நாளன்று இங்கு வந்து போயிருந்த வடஇந்தியாவைச் சேர்ந்த ஒருவரின் பேச்சும், செய்கையும், நடமாட்டமும் எங்களிடையே பெரும் சந்தேகத்தை ஏற்படுத்தியிருக்கின்றன. ஊர் மக்களோடும், இங்கு வேலை பார்த்தவர்களோடுமான கலந்துரையாடலின் இறுதியில் அவரே அதைக் கவர்ந்து கொண்டு போயிருக்கலாம் என்று எங்களுக்கு உறுதியாகப்படுகிறது. அவருக்கான தேடுதல் வேட்டையை நாங்கள் துவங்கிவிட்டாலும் அவரைக் கண்டுபிடிக்க உங்களால் முடிந்த தகவல்களை, உதவிகளை எதிர்பார்க்கிறேன். பொருள் தேவை தற்சமயம் இல்லையெனினும் எங்கள் குடும்பம்தான் இந்த விளக்கை காலம்காலமாக காவல் காத்து வந்திருக்கிறது என்பதால் விளக்கு மீண்டும் கிடைத்தால் போதும், நான் பெரும்

மனநிம்மதி அடைவேன். இப்பிரசுரத்தின் நகல் உங்களைப் போலவே இன்னும் நிறைய பேருக்கு தரப்பட்டிருக்கிறது. இன்னும் பல நூறு காப்பிகள் அச்சிடப்பட இருக்கின்றன. எப்பொழுது வேண்டுமானாலும் உங்களுடைய அழைப்பை எதிர்பார்க்கிறேன். என்னை தொடர்புகொள்வதற்கான விவரங்கள் கடைசியில் அளிக்கப்பட்டிருக்கின்றன. வரலாற்றின் மகத்துவம் அறிந்த உங்களுக்கு என் நன்றிகள்!!"

அந்தப் பிரசுரம் என்னிடம் கிடைத்தது இந்த உலகின் ஆச்சர்யகரமான தற்செயல் நிகழ்வுகளில் ஒன்று. அதன் வரிகள் வாழ்வின் அந்திமக் காலங்களில் இருக்கும் எனக்கு நான் தொல்லியல் துறையில் வேலை பார்த்த அந்தச் சில வருடங்களை ஒரே கணத்தில் நினைவுக்கு கொண்டு வந்து விட்டது. கூடவே ராஜன்தாஸைப் பற்றியும்.

எப்போதும் சிதிலங்களையும், இடிபாடுகளையும் விரும்பித் தேடிச் செல்கிறவர்களாக இந்திய தொல்லியல் ஆய்வுத்துறையில் எங்களது செயல்பாடுகளை கண்டிப்போடும், மிகுந்த சிரத்தையோடும் செய்யத் துவங்கிய அந்த காலகட்டத்தில் தென்னிந்தியாவில் நாங்கள் தேர்வு செய்து வைத்திருந்த இடங்களில் முக்கியமானதாக காஞ்சிபுரம் அமைந்திருந்தது. பல்லவர்களின் தோற்றம் தொடர்பான புரியாமைகள், தெளிவின்மைகள், சங்கத் தமிழ் நூல்களில் காஞ்சிபுரம் பற்றிய பல்வேறு குறிப்புகள், பௌத்தர்களும், சமணர்களும் காஞ்சிபுரத்தை சுற்றியுள்ள குன்றுகளில், பல்வேறு அசோக மரங்களின் குளிர் நிழல்களில் தனியே வாழ்ந்தது குறித்த பரவலான தொன்மங்கள் எனப் பல்வேறு விஷயங்கள் காஞ்சிபுரத்தை ஆய்வு செய்வதற்கான காரணங்களாக அன்றைய பிரிட்டிஷ் இந்தியாவில் இருந்தன. காஞ்சிபுரம் பற்றியும், பல்லவ மன்னர்களைப்பற்றியும் வெகுகாலமாக படித்து ஆழமான அறிவும், அது சார்ந்த பயிற்சியும் பெற்றிருந்த ராஜன்தாஸைத்தான் எங்கள் ஆராய்ச்சிக்கு வழிகாட்டியாக இருக்க அழைத்திருந்தோம். வங்காளியான ராஜன் தனக்கு இந்த அழைப்பு மிகுந்த உவகை அளிப்பதாகவும், காஞ்சிபுரத்தை தான் பல தடவை பார்த்திருப்பதாகவும், இந்த வேலையைச் செய்வது தனக்கு உண்மையில் பெருமை அளிக்கிற ஒரு விஷயம் என்றும் மறுநாளே கடிதம் எழுதியிருந்தார். 1910இன் இறுதியில் கப்பலில் மதராஸிற்கு வந்து சேர்ந்திருந்த அவரை அழைத்து வர நேரே சென்றிருந்தோம். தான் கல்கத்தா அருகிலுள்ள ஒரு பழைய விவசாய கிராமத்தைச் சேர்ந்தவர்

என்றும், வரலாற்றின் மீதான தேடலில் கடைசியில் தான் காஞ்சிபுரத்திற்கு வந்து சேர்ந்திருப்பதாகவும் முதல் பேச்சிலேயே தெரிவித்தார். இயல்பான நகைச்சுவை உணர்வும், துறை சார்ந்த விமர்சனங்களை உறுதியோடும், கடுமையோடும் பல நாட்கள் பழக்கமுடைய நபர் போல அமைதியான குரலில் பேசிக் கொண்டிருந்தார். பெரிய மீசையும், காதருகே நரைத்த முடியுமாக, பழைய பிரிட்டிஷ் கோட் அணிந்திருந்த அவரின் தோற்றமும், ஸ்தாபிக்கப்பட்ட உண்மைகளின் மையங்களை நோக்கி அவர் எழுப்பிய அதிர்வு நிறைந்த கேள்விகளையும் தொல்லியல் துறையின் அறைகளில் விவாதித்துக் கொண்டிருப்போம்.

1911இன் துவக்கத்தில் ஒரு தேர்ந்த அணியை உருவாக்கிக் கொண்டு (மொத்தமாக அறுபது பேர்) காஞ்சிபுரம் சென்றோம். ராஜன் பெரியகோவிலின் கோபுர அமைப்பின் சிறப்புகள் பற்றியும், உள்பிரகாரத்தின் விளக்குகள் வேறெந்தக் கோவிலை விடவும் வித்தியாசமானவை என்றும் அதன் மூர்த்தங்களின் தனித்துவத்தைப் பற்றியும் எங்களிடம் பேசிக்கொண்டிருந்தார். கிளிகளும், மயில்களும், கானாங்கோழிகளும் நடமாடிக் கொண்டிருந்த நூற்றாண்டுகளின் சிதலங்கள் பரவிக் கிடந்த அந்தப் பழைய நகரம் அவருக்கு பலவற்றை நினைவுபடுத்துவதாகக் கூறினார். மகாபலிபுரம் ஏற்கனவே கண்டுபிடிக்கப்பட்டிருந்தாலும் இன்னும் சில பழைய நகரங்கள், சிற்பக் கூடங்கள் கடலிற்கடியிலும் அருகாமையிலும் அமைந்திருக்கலாம், எனவே வழக்கமாகத் தேடும் இடங்களை விட்டுவிட்டு வேறு வழிகளில் தேடலாம் என்று தெரிவித்தார். செப்பேடுகளில் இருந்த பல்லவ அரசர்கள் பற்றிய குறிப்புகள் கலைவளங்கள் இப்பகுதிகளில் இன்னும் ஏராளமாக புதையுண்டிருக்கலாம் என்பதற்கான அடையாளங்களோடு இருந்தன. அக்கம்பக்கத்திலுள்ள கிராமங்களில் இது சார்ந்து விசாரித்தோம். எல்லோர் வீடுகளிலும் இருநூறு வருட பழமையான ஏதோவொரு பொருளைப் பார்த்திருந்தோம். அரசாங்கத்தோடும், ஊர்த் தலைவர்களோடும் பேசி அவைகளை சேகரிக்கலாம் என்றும், தற்போதைக்கு அதை வைத்து ஒரு அருங்காட்சியகத்தை அமைக்கலாம் என்றும் ராஜன் தெரிவித்தார். பல மாத தேடல்களுக்குப் பிறகான ஒரு பின்மதியப் பொழுதில் பெருவளநல்லூர் அருகேயுள்ள கிராமமொன்றில் மேய்ச்சல் நிலங்களினூடாக அலைந்து கொண்டிருந்தபோது வயதான உள்ளூர் விவசாயி ஒருவர்

சொன்ன கதை தான் எங்கள் ஆராய்ச்சியின் போக்கையே மாற்றியது.

விவசாயி சொன்ன கதை:

"எனது அப்பா சிறு வயதாக இருந்த போது, அவர் சில நாட்களாக சித்தநிலை பாதிக்கப்பட்டதைப்போல நடக்கிறார் என்று என்னுடைய தாத்தாவிடம் சிலர் தெரிவித்திருக்கிறார்கள். தாத்தா அப்பாவை அழைத்துப் பேசும்பொழுதும், கவனிக்கும் பொழுதும் எந்தவிதமான மாற்றத்தையும் உணராமல் இருக்க அவர் விசனப்பட்டு ஊரில் மேலும் விசாரிக்க, அவரின் இவ்விதமான விநோத செய்கைகள் அனைத்தும் உண்மைதான் என எல்லோரும் உறுதிபடுத்தியிருக்கிறார்கள். ஒரு அதிகாலை நேரமாக தாத்தா அப்பாவைப் பின்தொடர்ந்தபோது அவர் பளிங்கு போல ஓடும் வேகவதி ஆற்றில் குளித்துவிட்டு, கரை தாண்டி மறைவாக உள்ள ஆலமரமொன்றின் அடியில் நின்று பிறரது வருகைகளை சரி பார்த்துவிட்டு பால்ய காலத்திற்கே உரிய ஆச்சர்யம் கலந்த விந்தையோடு வேரடியில் பசுமையான மாக்கல் போன்ற ஒன்றை நகர்த்தி மண்ணுள்ளிருந்து சிறு விளக்கொன்றை எடுத்திருக்கிறார். இதுவரை யாரும் பார்த்திராத பொலிவோடும், வடிவோடும் இருந்த அவ்விளக்கை கையில் பிடித்தபடி மரத்தடியில் அமர்ந்த அவர் சில நொடிகளில் உடலை வளைப்பதும், நெளிப்பதுமாக அசைத்து, வேர்கள் அனைத்திலும் முகம் பதித்து, பல வேர்கள் ஒன்று கூடும் இடைவெளிகளில் உள்புக முனைவதைப்போலவும், உடலை தரையில் மீன் வாலடிப்பதைப் போலவும் படரவிட்டிருக்கிறார். புல்வெளிகளில் கைகால்களை அசைத்து, எல்லாவிடத்திலும் நீர்போல பரவி அதைத் தொடர்ந்து மயக்கமடைந்து எந்த அசைவுமற்றுக் கிடந்தவர், சில நொடிகளில் ஒரு வித பிரகாசத்தோடும், புத்துணர்வோடும் எழுந்து அவ்விடத்தை புதிதாக ஒருமுறை பார்ப்பதைப்போல பார்த்துவிட்டு மீண்டும் விளக்கை அதே இடத்தில் புதைத்திருக்கிறார். இது நிகழ்ந்து ஓரிரு நாட்களுக்கு அப்பாவின் நடவடிக்கைகள் அனைத்தும் மாறுபட்டதாகவும், விநோதமாகவும் இருப்பதாக தாத்தா உணர்ந்திருக்கிறார்.

அந்த விளக்கை அறியும் பொருட்டு தாத்தா அதை வீட்டிற்கு எடுத்து வந்து யாருமில்லாத ஒரு பகல் நேரமாக திண்ணையில் வைத்து அதை சோதித்திருக்கிறார். விளக்கின் இருப்பில் யாதொன்றும் அங்கு நிகழாதிருக்க தாத்தா விளக்கை வீட்டின் இருட்டினுள் கொண்டு வந்த சில நொடிகளில்

ஒரு ஆச்சர்யமான விஷயத்தை கவனித்திருக்கிறார். வழக்கமாக நெருப்பு போல கொதிக்கிற வீட்டுத்தரைகள் அனைத்தும் அசாதாரணமாகக் குளிர்ந்து போயிருக்கின்றன. அன்றிரவு யாரும் முன்னறியாததும், அனுபவித்திராததுமான கடுமையான வாடை ஊரெங்கும் வீசியிருக்கிறது. சில நொடிகளில் ஜலப்பிரளயத்தின் மகாசக்தியை யாரோ விடுவித்தார்போல பல வருடங்களாக பெய்யாத மழை அங்கு பெய்யத் தொடங்கியது. அந்த மழையின் அடர்த்தி இதுவரை பெருவளநல்லூரில் யாரும் காணாதது. தனக்கேயுரிய சர்வராட்சதத்துடன் தண்ணீர் அவர்களைத் தேடி வந்து மாடங்கள், தொழுவங்கள், வீடுகள், மரங்கள், காடுகள், வயல்கள் என எங்கும் அசைவு கொண்டு, ஊரே கர்ப்பநிலை அடைந்திருந்தது.

அடுத்த சில நாள்களில் ஊரில் வழக்கமான பாதைகள் காணாமல் போய் புதுப்புதுப் பாதைகள் தோன்றியிருக்கின்றன. எல்லா இடத்திலும் நீர்மையின் பலவிதமான சாயைகளை தாத்தா கண்டுகொண்டே இருக்க அவ்விளக்கிற்க்கு ஏதோ ஒரு அபூர்வமான சக்தி இருப்பதாக நினைத்தவர் அப்பாவிடம் கேட்க வேகவதி ஆற்றில் நீச்சலடித்து விளையாடிக் கொண்டிருக்கையில் ஆழத்தில் மினுங்குகிற ஒன்றைக் கண்டதாகவும், அருகில் சென்று பார்க்கையில் அது இந்த சிறு விளக்கு என்றும் அதன் அழகில் தான் மயங்கியதாகவும் சொல்ல இதை உடனே ஊர் மக்களுக்குத் தெரிவித்திருக்கிறார்கள். ஊர் அப்போது கடும் வறட்சியின் காலத்தில் இருந்ததால் இவ்விளக்கு கடவுள் தங்களுக்கு அளித்த பரிசு என்று ஊர்மக்கள் அதை வழிபடத் துவங்கினார்கள். பெருவளநல்லூரை சுற்றியுள்ள கிராமங்களில் ஐம்பது வருடங்களாக மழை வராத போது அவ்விளக்கு தான் அவ்வூர்களின் பஞ்சங்களைத் தீர்த்திருக்கிறது. ஊரிலுள்ள இளைஞர்கள் ஒரு குழுவாக அவ்விளக்கை எல்லா கிராமத்திற்கும் கொண்டு சென்று அவ்வூர்களில் மழை வரும் வரை அதைப் பாதுகாத்து திரும்புவார்கள் எனச் சடங்கொன்று இப்பகுதிகளில் உருவானதும் இப்படித்தான். ஒரு சில வருடங்களில், ஊரில் பஞ்சம் மிகக்கொடுமையான முறையில் தலைவிரித்தாட இவ்விளக்கு தனது வேலையை நிறுத்திக்கொண்டு விட்டதாகவும் இனிமேல் இதை நம்பி பிரயோசனம் இல்லை என்றும் அக்குழு வழக்கமாக அதை கிராமங்களுக்கு எடுத்துச் செல்லும் சடங்கின்போது எல்லோர் பேச்சையும் மீறி அதை எங்கோ வேண்டுமென்றே தொலைத்து

விட்டார்கள் என்ற பேச்சு கிளம்பியது. (இருட்டில் ஒரு பழைய வேம்பின் தூரருகே வைத்துவிட்டு சென்றுவிட்டார்கள் என்றும், அதை மீட்டுவரச் சென்றபோது விளக்கு அங்கு இல்லை என்றும் தகவல்). அந்தச் செய்கையால் இன்றும் அந்த இளைஞர்களின் வழிவழியான குடும்பங்களின் மீது இவ்வூர் மக்களின் பழிச்சொல் தொடர்கிறது. இது நடந்து ஒரு எண்பது வருடங்கள் இருக்கும் என்றும் பெருவளநல்லூரை சுற்றியுள்ள கிராமத்து மக்கள் எல்லோரும் இதை அறிவார்கள்" என்றும் அவர் சொல்லி முடித்தபோது அவர் முன்னே இருபது பேரும் பெரும் ஆச்சர்யத்தில் அமர்ந்திருந்தோம்.

விவசாயி அந்தக் கதையை சொல்லி முடித்த நொடியில் ராஜன் முதல் ஆளாக எழுந்து நின்று வெளிறிய முகத்தோடு ஒரு வார்த்தைகூட சொல்லாமல் கலைந்து சென்றுவிட்டார். இது போன்ற விஷயங்கள் இந்தியாவில் மட்டுமே நிகழக்கூடியது என்றும், அந்த விளக்கை ஒருமுறை பார்த்தாலே போதும் தனது வாழ்க்கையில் அவர் எதைத் தேடுகிறாரோ அதை அவர் அடைந்து விட்டதாக அர்த்தம் என்று உணர்வுவயப்பட்டவராக ஏதேதோ அரூபமான வார்த்தைகளில் விளக்குகள் குறித்து பேச ஆரம்பித்தவர், சில நிமிடங்களில் மௌனமாகி "நீங்கள் சிற்பங்களைத் தேடுங்கள். நான் இனிமேல் இந்த விளக்கைத் தேடப்போகிறேன்" என்றார். இந்தியாவின் மிக முக்கியமான வரலாற்றறிஞராக எங்களின் மனதில் பதிந்து போயிருந்த அவரின் இந்த உடனடியான மனமாற்றம் எங்களுக்கு பெரும் குழப்பத்தை அளித்தது. எதன் பொருட்டு இக்கதையை அவர் இவ்வளவு நம்புகிறார், ஏன் அவரது மனப்போக்கு இவ்வளவு தூரம் மாறியிருக்கிறது என்று எங்களுக்குப் புரியவில்லை. அதன் பிந்தையதான எங்களின் ஆராய்ச்சியின் அலைதல்களில் நாங்கள் இரவுபகலாக விவாதித்த எந்த விஷயங்களிலும் ராஜன் ஈடுபாடு காட்டவில்லை. வழக்கமாக நுணுகி அணுகுகிற அவரது ஆழமான பேச்சுகள் இல்லை. மாறாக விளக்குகளைக் குறித்தே கேட்டுக்கொண்டிருந்தார். எங்களின் அலைச்சலினூடாக நாங்கள் சென்றடைந்த எவ்வளவோ விஷயங்களை ராஜன் பொருட்படுத்தியதாகவும் எங்களுக்குத் தோன்றவில்லை. வாகூர் அருகே கிராமவாசிகள் மேட்டுநிலமொன்றை பயிரிடுவதற்காக அழித்தபோது கண்டுபிடித்த ஐம்பதடி உயர பல்லவ கால தூபி ஒன்று ஏராளமான வரலாற்றுத் தொடர்புகளை உருவாக்கக்கூடிய காரணிகளோடு இருந்தது. அதிலும் ராஜன் ஆர்வம் காட்டவில்லை. திடீரென வரலாற்றிலேயே அவர்

ஆர்வமிழந்து விட்டதாக உணர்ந்தோம். அநாயசமாக எதையும் ஆழமான பார்வையோடு அதன் மையப்போக்கிற்கு சென்று சரசரவென்று பலவற்றை இணைத்துப் பேசுபவர் இப்படி எல்லாமே அர்த்தமிழந்துவிட்டதாக நடந்துகொண்டிருப்பது பெரும் குழப்பத்திற்கு எங்களைக் கொண்டு சென்றது. அவருடைய பழுத்த அனுபவத்தின் மேல் கொண்ட மரியாதை நிமித்தமாக நாங்கள் எதையும் கேட்டுக்கொள்ளவில்லை. சில மாதங்களுக்கு முன்பு ஒரு கிராமத்துக் கோவிலில் முழுக்க முழுக்க இசைக் குறிப்புகளால் மட்டுமே ஆன ஒரு கல்தூணை ஆராய்ந்து கொண்டிருந்தபோது "சந்தேகத்தின் புனைவுதான் வரலாறு. அதை உறுதிபடுத்துவதுதான் நம்முடைய வேலையோ என்று நான் நினைத்துண்டு" என்று அவர் அசட்டையாக சொன்னது என் நினைவிற்கு வந்தது. ஒருவேளை அதை அவர் நம்பி விட்டாரா? ராஜன் முற்றிலுமாக எல்லாவற்றிலும் ஆர்வமிழந்து விட்டார், எந்த நேரமும் அவர் வங்காளத்துக்கு திரும்பிச் செல்லலாம் என்று எங்கள் அணியில் சந்தேகிக்க ஆரம்பித்தோம்.

பக்கத்து கிராமமொன்றில் காவாலிகர்கள் வாழ்ந்ததற்கான புது ஆதாரம் ஒன்று கிடைக்க அங்கு விரைந்து அதை அகழ்ந்தாயும் பணியில் ஈடுபட்டிருந்தோம். பழைய தூர்ந்துபோன மர ஏடுகளை நாங்கள் பார்த்துக்கொண்டிருக்க என்னிடம் பேச விரும்புவதாக ராஜன் சொல்லியனுப்பிய தகவல் பதற்றத்தோடு என்னை வந்தடைந்தது. அணியில் என்னைவிட வயது மூத்தவர்களாக, அனுபவமுடையவர்களாக பலபேர் இருக்க ராஜன் என்னிடம் பேச விரும்பியதன் காரணம் இன்றும் எனக்குப் புதிர்தான்.

நான் அவரைப் பார்க்கச் சென்றபோது சுவர்களில் வடிவம் இழந்து, நிற மெலிவுகளோடு அரிக்கப்பட்டுக்கிடந்த பழங்கால ஓவியம் ஒன்றிருந்த ஒரு பாழடைந்த மண்டபத்தின் வாசலில் நினைவின் வதையால் வருகிற ஆழமான, கடும் சோகக்களை படிந்த முகத்தோடு அமர்ந்திருந்தார். அவருடைய உடல் மொழி அவர் வேறு உலகத்திற்கு சென்றிருந்ததற்கான சமிக்ஞைகளைக் கொண்டிருந்தது.

நான் அருகில் செல்ல என்னைப் பார்த்தவர் என்னிடம், "அந்த விளக்கைத்தேடி கண்டுபிடிக்கவேண்டும். என் வாழ்வில் ஒரு முறையாவது அதைப்பார்க்க வேண்டும் நான். உங்கள் வரலாற்றில், மரபில், பண்பாட்டில் பெரும் பற்றுடையவன் தான் நான் என்றபோதும் என்னுடைய தமிழ் வாழ்வியலின்

புரிதல் நான் வாசித்த ஆங்கில வரலாற்று புத்தங்களின் அடிப்படையில் உருவானது. இதுபோன்ற கதைகள் எந்த ஆங்கிலப் புத்தகங்களிலும் பதிவுசெய்யப்படுவதில்லை. அப்படி இருந்திருந்தால் என்றோ நான் பிழைத்திருப்பேன். ரித்னாபூரின் மரபு காப்பாற்றப்பட்டிருக்கும்... இங்கு வந்திருப்பேனா என்றுகூட சந்தேகம் தான்..."

வேறெதையோ பேசுவதாக நினைத்தவர் தொடர்ந்து, "என்னுடைய தமிழ்ப் புலமை நீங்கள் அறிந்தது தான். அதைப் புரிந்துகொள்கிற அளவு எனக்குப் பேச வாய்க்கவில்லை. ஒன்றுக்கொன்று தொடர்பற்று, வேறு மாநிலத்தைச்சேர்ந்த ஒருவன் பேசுவதைப்போல தமிழைப் பேசுபவன் நான். இவர்களிடம் அணுக எனக்கு ஒரு தமிழ் ஆள் தேவை. எண்பது வருடங்கள் ஒன்றும் பெரிய காலமல்ல... இன்னும் மின்சாரம்கூட வந்திராத இந்தப் பழைய கிராமங்களில் பெரிதான மாற்றங்கள் எதுவும் வந்திருக்க வாய்ப்பில்லை... அந்த விளக்கு இங்குதான் எங்கோ இருக்க வேண்டும். எனது கனவுகளில் அந்த விளக்கைப் பார்க்கிறேன் நான். என்னுடைய மூதாதையர்களின் குரல்கள் ஒலித்துக்கொண்டிருக்கும் எனது பழைய கிராமத்தின் நினைவுகளுக்கிடையே அவ்விளக்கு தொடர்ந்து என்னை அழைத்துக்கொண்டிருக்கிறது. அதைக் கண்டுபிடிக்க வேண்டும்... அதைக் கண்டுபிடிக்க வேண்டும்..." என்றார்.

"மன்னிக்க வேண்டும் ராஜன். நீங்கள் அறியாததல்ல..நாம் அன்று கேட்டதைப்போல நூற்றுக்கணக்கான கதைகளை இப்பகுதிகளில் நான் கேட்டிருக்கிறேன். இந்த விளக்கைப்போல ஆயிரம் விளக்குகள் இங்கு உண்டு. ஒவ்வொன்றுக்கும் பல காலம் பின்னால் செல்கிற நூற்றுக்கணக்கான மரபுகளின் தொடர்புகள் உண்டு. எதன் அடிப்படையில் இக்கதையை நீங்கள் இவ்வளவு தீர்க்கமாக, உண்மையாக நம்புகிறீர்கள்? எதனாலே இம்மனப்போக்கு உங்களிடம் உருவானது."

"இல்லை... மழையின் ரகசியம் உழவில் ஈடுபட்டிருந்த, இன்னும் ஏதோ ஒரு வடிவத்தில் நீங்கள் செய்யும் உழவில், உங்கள் கலப்பைகளில் இருக்கிற உங்களின் முன்னோர்கள் அறிந்தது... பெருவளநல்லூர் ஒரு லட்சம் கலப்பைகளின் ஊர் என்று நாம் கண்டுபிடித்தோம் தானே. உங்களின் ஆதிநூலான திருக்குறளில் மழை குறித்து பேசியிருக்கிறார்கள்... ரித்னாபூரிற்கு வந்ததில்லை நீங்கள். ரித்னாபூரின் மழை இது

வரை நாங்கள் யாரும் பார்க்காதது. சாபத்தால் அங்கு எங்கள் சங்கதிகள் தண்ணீரற்று தவித்துக்கொண்டிருக்கிறார்கள்."

"அதற்கும் நீங்கள் கேட்பதற்கும் என்ன சம்பந்தம்..?"

"ரித்னாபூரின் மகன் நான். எனக்கு ஒரு மாபெரும் கடமை ஒன்று உண்டு. அதைச் செய்ய விரும்புகிறேன்... மனிதர்கள் எல்லோரும் காரணங்களின் கண்ணிகளில் வாழ்வை இணைத்து தவறிழைக்கிறீர்கள். தயவுசெய்து காரணம் கேட்காதீர்கள். எனக்கு அவ்விளக்கை கண்டுபிடிக்க உதவி செய்யுங்கள். உங்களுக்கு என்றென்றும் ரித்னாபூர் கடமைப்பட்டிருக்கும்."

"ஆனால் இதுபோன்ற கதைகள் பெரும்பாலும் கேளிக்கைக்காக சொல்லப்படுகிற ஒன்றாகவே இருக்குமென்பது என் அபிப்ராயம்."

"ஒரு புதைபொருள் ஆராய்ச்சியாளனாக இதைத்தான் நினைக்கிறீர்களா... மறைப்பதை விலக்கி மறையப்பட்டதை காண்பிக்கும் விளக்குகள் உங்களுக்கு கேளிக்கையா..."

அதற்கு மேல் அவரிடம் வாதிட விரும்பவில்லை.

"சரி. உங்களுக்காக இதைச்செய்கிறேன்."

முகத்தில் கடுமை மறைந்து உற்சாகமானவர், "முதலில் அந்த விவசாயியிடம் பேசுவோம். அந்த விளக்கின் தோற்றம், வடிவம் முதலியவற்றை ஆய்ந்து பார்த்து அறிந்தோமெனில் நம்முடைய தேடுதலிற்கு ஒரு துவக்கம் கிடைக்கும்... அதற்கு முன்னால் இந்த பூர்வீக ஆற்றில் மீண்டுமொருமுறை குளித்துவிட்டு வருகிறேன். சொன்னால் நம்புவீர்களா... நேற்று முழுக்க இந்த ஆற்றின் ஆழங்களில் அந்த விளக்கைத் தேடிக்கொண்டிருந்தேன்."

இல்லாத ஒன்று இருப்பதுபோன்ற அல்லது இருந்த ஒன்றாகவே இருந்தாலும் வெறும் புகைமூட்டமாக கதைபோலச் சொல்லப்படுகிற ஒரு ஸ்தூல விஷயத்தைத் இப்படி முற்றிலும் பொருத்தமற்ற சூழலில் தேடுவது எனக்குப் பயனில்லாத முயற்சியாகத் தோன்றியது. இருந்தும் ராஜனின் மேலுள்ள ஆழ்ந்த மரியாதைக்காக அதைச் செய்தேன்.

விளக்கு தொலைந்ததாகச் சொல்லப்படும் வேம்பு இப்போது பெருவளநல்லூர் செல்லும் பாதையில் மிகப்பெரிதாக வளர்ந்திருக்கிறது. சுற்றிலும் புதர் மண்டி கிடக்கிறது.

“இங்கிருந்து பாதைகள் பல்வேறு ஊர்களுக்கு செல்கின்றன. திருக்கழுக்குன்று, மாமண்டூர், கடுவனூர், போதிமங்கை, தளவானூர் என திசாதிசைக்கு பிரிகிறது. அவ்விளக்கு கால்முளைத்து தானாக அந்த ஆற்றுப்பாதைக்கு சென்று ஆற்றினுள்ளே விழுந்ததாக நீங்கள் நினைக்கவில்லையே..?” என்று சிரித்தேன்.

“பழிச்சொல்லுக்கு ஆளானதாக சொல்லப்படும் அந்தக் குடும்பத்தார்கள் இன்னும் இந்த ஊர்களில் இருக்கிறார்கள் தானே?”

“நீங்கள் சொல்வதற்கான வாய்ப்புகள் அதிகம் உண்டு.”

“சென்று பார்க்கலாமா அவர்களை...”

ஒரு வழியாக விசாரித்து கடுவனூரில் நாங்கள் கேட்ட விவசாயி சொன்ன கதையை ஊரின் சில முதியவர்கள் அறிந்திருந்தார்கள். அக்குடும்பத்தில் உள்ளவர்கள் எல்லோரும் மதராஸிற்கு பெயர்ந்து சென்றுவிட்டதாகவும் இன்னும் அவர்களின் பாட்டி மட்டும் அங்கு இருப்பதாகவும் அறிந்தோம். அவர்களின் ஓட்டு வீட்டில் பாட்டி தனியே இருளில் விசிறியோடு அமர்ந்திருந்தார்.

“விளக்கப்பத்தி கேக்க வந்திருக்காங்க...” என்று ஒருவர் எங்களை அறிமுகம் செய்தார். பாட்டிக்கு எங்களுடன் பேசுவதில் விருப்பமில்லை என்று தெரிந்தது.

“எந்த ஊர்லேர்ந்து வந்திருக்கீங்க?” என்றார்.

“நான் கீழமாவிலங்க... இவரு வங்காளத்துலர்ந்து வந்திருக்காரு. பாட்டி, நீங்க சிறுவயசில இந்த விளக்கப்பாத்திருக்கீங்களா? தொலைஞ்சு போச்சே அந்த விளக்கு...”

“எனக்கு எட்டு வயசிருக்கும்போது பாத்திருக்கேன்... எங்க சின்ன தாத்தாதான் அதப்பாத்திக்கிட்டது... அத தேய்க்கிறது... துடைக்கிறது... தாமரப் பூத்தண்டுகளப் பறிச்சுத் திரியாகப் போடறது... எல்லாமே அவரும், அவரு சிநேகிதமாரும் செய்வாங்க... கோயில் இருட்டுல தனிச்சு மினுங்கும்... கடாட்சம் பொருந்துன விளக்கு..”

“அதப்பத்தித்தான் கேக்க வந்திருக்கோம்... அந்த விளக்கக் கொண்டு போய் அந்த வேம்புகிட்ட வச்சதும் அவங்க தானா..? ஏன் அப்படி செஞ்சாங்க..?”

“எங்க சின்ன தாத்தாவுடன் பிறந்தது ஆறு பெண்பிள்ளைங்க... கூடப்பிறந்தவங்கள்ல பல பேரு போய்ச்சேர இவரு கடேசிப்பிள்ளயா, ஒரே ஆண் பிள்ளையா போய்ட்டாரு... ஊர்ல பஞ்சம் வந்த பெறகு பெண்டுகள கட்டிக்கொடுத்த ஊர்ல இது வர யாரும் பாக்காத வறக்கடம்... மாடுகள்ளாம் நெலத்தில விழுதுக... சின்னச்சின்ன உசிரு நடமாட்டம் கூட ஊர்ல இல்ல... எங்க போறதுன்னு யார்க்கும் தெரியவும் இல்ல... இதுல தாத்தாவோட நாலு அக்காமார்கள அவங்க வீட்லருந்து விரட்டி விட்டாங்க... அக்காமார்ங்க பிள்ளைகளோட இந்த ஊர்க்கு வந்தத நான் பாத்துருக்கேன்... அப்போ எங்க தாத்தாவுக்கு என்ன செய்றதுன்னே புரியல... அழாதக்கா... அழாதக்கான்னு சொல்றாரு... இந்த ஊர்லயும் அப்ப பஞ்சம் தான... இரக்கா... யார் செஞ்ச பாவமோ, சாபமோ நம்மள வதைக்கிது... கவலப்படாத... நான் எங்காவது போய் ஏதாவது கொண்டு வரேன்னு சொன்னாரு...”

கவனித்துக்கொண்டிருந்த ராஜனின் முகம் உணர்வெழுச்சி யடைவதைப் பார்த்தேன்.

“வடக்க போயி எங்கெங்கயோ அலஞ்சு திரிஞ்சு ஆறு மாதம் கழிச்சு ஊருக்கு திரும்ப வந்தாரு... இடையில தாத்தாவோட அக்காமார்கள்ல ரெண்டு பேரு துயரந்தாங்காம கெணத்துல விழுந்திட்டா... அன்னக்கி தாத்தா அழுத அழுக... ஈரக்குலயே நடுங்குது... அந்த நேரமா அந்த விளக்க அவரும் அவர் சிநேகிதமார்களும் கொண்டு தொலைச்சுட்டதா எல்லாரும் சொல்லிக்கிட்டாங்க...”

“இப்போ அந்த விளக்கு..?”

“தெரியல... நான் வேறூர்ல வாக்கப்பட்டேன்... உத்திரமல்லூர்ல... அவர் போன பிறகு இங்க வந்திட்டேன்... இப்போ இதே மாதிரி ஒரு விளக்கு மண்டகப்பட்ல இருக்கறதா சொல்லுவாங்க..”

“அந்த விளக்கு உண்மையிலேயே மழ கொண்டு வருமா?”

“ஆமா... இவரு வடக்கிருந்துதானா வந்திருக்காரு... எதுக்கு?”

“விளக்கத்தேடித்தான்.”

பாட்டியின் கதையை நாங்கள் முழுமையாக நம்பினோம்.

“சிங்கத்தூண் பார்த்தோமே... அங்குதானே?”

மண்டகப்பட்டு நோக்கி நாங்கள் செல்ல ஆரம்பித்தோம். வில்லு வண்டிகளின் குலுங்கல் ஒலிகள் மண்டகப்பட்டு செல்லும் மண் பாதையில் கேட்க நீலவானம் இளமேகங்களோடு கடந்து கொண்டிருந்தது. ராஜன் ஏதொவொரு கண்ணி விடுபட்டார் போல என்னிடம் பேச ஆரம்பித்தார்.

"மனக்கிலேசங்கள் கலந்த இந்த அலைச்சல்கள் அனைத்தும் என்னுடைய வாழ்வினூடாக என்றோ பிணைந்துவிட்டன. நான் எனது ஊரைத் தான் இன்னும் தேடிக்கொண்டிருக்கிறேன். என் தந்தை இசைக்கருவிகள் வாசிக்கும் வங்காளத்தின் கூத்து நாடகங்களில் புல்லாங்குழல் வாசிப்பவராக ரித்னாபூரிலே மிகவும் பிரபலமடைந்தவராக இருந்தார். கல்கத்தாவின் ஜமீன் பின்னணியிலிருந்து நாடகங்கள் பார்க்க வந்தவரான என்னுடைய அம்மா அப்பாவின் அரங்கேற்ற நிகழ்ச்சிகளில் அவர் வாசிக்கும் ராக கமகங்களில் மயங்கி அவரைக் காதலிக்க அவர்களின் உறவிற்கு ஜமீன் வீட்டிலிருந்து பெரும் எதிர்ப்பு கிளம்பியது. ஜமீன் வீட்டிலிருந்து பெரும் படையோடு பல பேர் ரித்னாபூரைச் சூழ எல்லோருடைய எதிர்ப்பையும் மீறி அவர்களின் திருமணம் நடந்தேறியது. அப்போது பொங்கி வழிந்து செழித்துக் கொண்டிருந்த ரித்னாபூரின் விவசாயப் பின்னனியில் கழித்த அந்த இருபது வருடங்களைத் தான் எனது வாழ்வின் மகிழ்ச்சியான தருணங்கள் என்பேன். பகலில் வயல்களிலும், இரவில் நாடகங்களிலும் அப்பா வேலை பார்க்க, அங்குள்ள அரிசி ஆலைகளிலும், மற்ற இடங்களிலும் அம்மா வேலை பார்த்தாள். டோலக்குகளின் தாள கதியிலும், அபூர்வமான பருத்தித் துணிகளால் கட்டப்பட்டு, வாசிக்கையில் கடவுளின் நகரத்தை காண்பிக்கிற ஹார்மோனியங்களின் இசையாலும் ரித்னாபூரின் பல பகலிரவுகள் உயிர்பெற்றிருக்கின்றன. நாடகப் பணியில் ஈடுபட்ட அப்பா கற்றுக்கொடுத்து நான் வாசித்த புல்லாங்குழலிலிருந்து வெளியேறிய இசையின் உயிர் மூச்சுகள் இன்னும் அவ்வூரின் தெருக்களில் கலந்து ஓடிக்கொண்டிருக்கிறது. இப்படி கலையும் மகிழ்ச்சியும் அருகருகேயிருந்த ரித்னாபூர் தெருக்களின் அபூர்வத்தன்மைகள் அனைத்தும் வெள்ளைக்காரனின் வருகையோடு முடிவுக்கு வந்தது. நாங்கள் கடுமையாக உழைத்து விளைவித்த நெற்பயிர்கள் அனைத்தும் எங்கள் கண் எதிரிலேயே பறிக்கப்பட்டு மூடைமூடையாக வெளியூர்களுக்கு ஏற்றப்பட்டன. ஒரு கட்டத்தில் வெள்ளைக்காரர்களுக்கு எதிராக வெளிப்படையான போராட்டத்தைத் தொடங்கினோம். ரித்னாபூரில் வாழ்க்கை

தினமும் போராட்டமானது அப்போது தான். நான் கல்கத்தாவிற்கு படிக்கச்சென்று சில நாள்கள் பின்னரவில் ஊர் திரும்புவதற்கு பெரும் மனதைரியம் தேவைப்பட்டதும் அப்போது தான். அமைதியும், போராட்டமும், கலகமுமாக ஊடாடி இருந்தன அந்த நாட்கள்.

நன்றாக நினைவிருக்கிறது எனக்கு. பலமாதமாயிற்றென்று ஊருக்குக் கிளம்பிச் செல்ல இருந்த நான் கல்லூரியிலேயே தங்கி விட்டேன். கல்வியின் அழுத்தமும், ஏனோ அன்றைய வானிலையில் இருந்த ஒருவிதமான மந்தத்தன்மையும் என்னைக் கிளம்ப அனுமதிக்கவில்லை. பெரிதாகக் கவலைப்படவில்லையெனினும் உள்ளார்ந்த மனத்துருத்தல். தேர்வுகள் முடியும் தருவாயில் தான் ரித்னாபூரில் பஞ்சமும், அது சார்ந்து கலவரமும் உருவாகியிருப்பதை அறிந்தேன். எல்லாம் முடிந்து ரித்னாபூர் சென்றபோது நான் கண்ட காட்சிகள் என்னால் என்றும் மறக்க முடியாதவை. நெருப்பு ஜ்வாலைகளிலிருந்து தோன்றுகிற கரும்புகைகள் மேகங்களைச் சூழ்ந்திருக்க மொத்த ஊரே உரு இழந்து, அழிந்து கிடப்பதைக் கண்டேன். வயல்கள் அனைத்தும் நாசமாக்கப்பட்டிருந்தன. மீன்கள் செத்துக்கிடக்க, குளங்கள் தூர்ந்து போயிருந்தன. குடிசைகள் சரிந்திருந்தன. வீடுகள் அனைத்தும் கொள்ளையடிக்கப்பட்டார்போல இருந்தது. பருத்திப் பஞ்சுகள் வெடித்து காற்றில் பறந்து அடைந்த வேலிகள் அனைத்தும் இற்றும், ஒடிந்தும், சிதைந்தும் கிடக்கிறது. தெருக்களில் உடைக்கப்பட்ட பானைச்சில்லுகள் சிதறிக் கிடக்கின்றன. கால்நடைகள் செத்துக்கிடக்க படப்புகளுக்கு யாரோ தீவைத்திருக்கிறார்கள். நாங்கள் இருந்த வீடு துயரத்தின் சாயை படர்ந்து எந்த நேரமும் இடிந்துவிடும் நிலையில் இருக்கிறது. எல்லாவற்றையும்விட என் நினைவை வதைப்பது அவர்கள் இறந்து கிடந்த காட்சிகள்... எனது பெற்றோர்கள், நண்பர்கள், தெருக்களில் குடியிருந்தவர்கள், நெசவாளர்கள், விவசாயிகள், கிராமவாசிகள் என அனைவரும் ஆங்காங்கே இறந்து கிடக்கிறார்கள்... அன்று மிகப்பெரிய மனப்பாதிப்புக்கு உள்ளானேன் நான்.

உயிருள்ள எதுவும் மிஞ்சியிராத ரித்னாபூர் எந்த சாபத்தால் பாதிக்கப்பட்டதோ, அங்கு அன்றிலிருந்து இன்றுவரை மழையில்லை. அக்கொடுமையான நிகழ்விற்கு பிறகு நிரந்தரப் பஞ்சத்திலிருக்கிறது ரித்னாபூர். கலவரத்தில் தப்பித்தவர்கள் போக கல்கத்தாவிற்கு கல்விக்காக, வாழ்வுக்காக சிதறடிக்கப்பட்டு

எஞ்சியிருக்கிற நாங்கள் அனைவரும் இன்று மீண்டும் பழைய ரித்னாபூரைக் காணத் துடித்துக்கொண்டிருக்கிறோம். எங்கள் வயல் விதைப்பிற்காக காத்திருக்கிறது. எங்கள் மண்வீடுகள் மீண்டும் எழுப்பப்பட காத்திருக்கின்றன. எங்கள் குளங்கள் நிரம்பி பச்சையத்திற்கூடாக இளவெயிலை பிரதிபலிக்கிற அந்த அபூர்வக் காட்சியைக் காண நாங்கள் காத்துக்கொண்டிருக்கிறோம். சிதிலங்களின் வெளியிலிருந்து வரலாற்றை பிரித்தெடுப்பவனாக இன்று நான் உலகம் முழுக்க அலைந்துகொண்டிருக்கும் போதும் என் ஊரின் அழிந்த இருப்பு என்னுடைய மனதை ரணமாக்கிக்கொண்டிருக்கிறது.

வரலாற்றின் வீச்சு நீங்கள் அறிந்ததுதான். காலம் முழுவதும் பஞ்சங்களால் பாதிக்கப்படுகிற, சாபத்திற்கு ஆளாகிற இந்தியாவில் தனித்துவிடப்பட்ட எங்கள் பகுதிகளுக்கு புத்தர் அளித்த விளக்கை பற்றி எங்களின் தொன்மக் கதைகளில் படித்திருக்கிறேன். அதை ஒரு கதையாக மட்டுமே நம்பியிருந்த நான் அந்தப் பெருவளநல்லூர் விவசாயியின் சொற்களைக்கேட்ட பிறகு அடைந்த மனவெழுச்சிக்கு அளவேயில்லை... காலமும், இடங்களும், சந்திப்புகளும் எந்த அளவுக்கு வெளிப்படாத, உணரமுடியாத விதிகளால் இணைக்கப்பட்டிருக்கிறது? குறுக்குப்பாதைகளில் பிரிந்து சிதறிச் செல்கிற எல்லாமே மீண்டும் ஓரிடத்தில் எப்போதாவது சந்தித்துதானே ஆக வேண்டும்..."

அந்த பூர்வக்கதை என்னுள் உருவாக்கிய சலனங்களை நான் இன்னும் மறக்கவில்லை. அப்போது நான் அடைந்த உணர்தல்கள் பலவகைப்பட்டவை. விளக்க முடியாதவை. காலத்தினூடாக நாம் சென்றடைகிற மனிதர்கள், நிகழ்கிற சந்திப்புகள், அவர்களின் நிலப்பரப்பின் தன்மைகள் கண்ணாடியில் தெரிகிற சலன உருவங்கள் போல ஒன்றிற்கொன்று பலவகையான தொடர்புகளை தோற்றுவித்து, அதன் மாயங்கள் நம்முடைய வாழ்வில், விதியில் கலந்து எல்லாவற்றிலும் நுட்பமாக ஊடாடுவதாக உணர்ந்தேன்.

மண்டகபட்டில் விளக்கைத் தேடியபோது அப்போதிருந்த பஞ்சத்தின் காரணமாக இரண்டு காடி நெல் வேண்டி அந்த விளக்கு யாரோ ஒரு விவசாயிக்கு தரப்பட்டதாகக் கூறப்பட்டது. இந்தத் தொடர்ச்சி முடிவுறாத ஒன்றாக எங்களுக்குத் தோன்றியது. எவ்வளவோ முயன்றும் எங்களால் சில கண்ணிகளை இணைக்க முடியவில்லை. ராஜன் கூறியதைப்போல காரணங்களால் இயங்கவில்லை இவ்வுலகம்.

எங்களின் தேடல்களின் இறுதியில் விளக்கு கிடைக்காதிருந்த போதும் ராஜன் ஒரு வித மனச்சாந்தியோடும், அமைதியோடும் இந்த விளக்கைப் பற்றித் தன் நண்பர்களோடு உடனே பகிர வேண்டும் என்றும், தான் கல்கத்தா திரும்பிச் செல்வதாகவும், மீண்டும் உடனே காஞ்சிபுரம் வருவதாகவும் ஒரு குழந்தையின் முகமலர்ச்சியோடு தெரிவித்தார். அன்று அவரது முகத்தில் பார்த்த ஒளி இதுவரை நான் யார் முகத்திலும் பார்த்திராதது.

"நிலப் பகுதிகளினூடாக பயணம் செல்வதைவிட கடல் மார்க்கமாகவே செல்ல விரும்புகிறேன்..." என்றவரை கப்பலில் மதராஸில் வழியனுப்பிய அந்த ஆகஸ்ட் மாத மாலை என்றுமே என் நினைவை விட்டு நீங்காத ஒன்று.

ராஜன் சென்ற ஒரு சில மாதங்களில் இந்தியாவில் பிரிட்டிஷ் எதிர்ப்பு தீவிரமடைய எங்களின் தொல்லியல் துறை சார்ந்த தேடல்கள் கைவிடப்பட்டன. காஞ்சிபுரம் என்னும் அந்தப் பழைய நகரத்தை விட்டுப்பிரிந்தேன்.

ராஜன்தாஸை அதற்குப்பிறகு சந்திக்கவில்லை நான்.

- கல்குதிரை (2016)

2
ஏலாம்பூரின் பழைய கல்

தமிழ்நாட்டு ரயில் நிலையங்களின் வரலாறு விரிவாக, ஆய்வு நோக்கில் எழுதப்படுமெனில் அதில் அவரது பெயர் இடம்பெறாமல் போகாது. எல்லா முக்கிய ரயில் நிலையங்களிலும் அவர் போர்ட்டராக வேலை பார்த்தது மட்டுமில்லாமல், அவற்றின் காலப்போக்கிலான சிறு சிறு மாற்றங்களைக்கூட அவற்றை கட்டமைப்பதில் துவங்கி, அதை நுட்பமாக கவனித்தும், மாற்றியும், புணரமைத்தும் மற்றும் பலதரப்பட்ட கலவையான மனிதர்களுடனான பழக்கத்தில் ஏற்பட்ட மனித மனம் இயங்குகிற விதமும், அது சார்ந்த அவரது புரிதலும் அவரை எல்லோருக்கும் பிடித்த ஒருவராக மாற்றியிருந்தது. வாழ்வு சார்ந்த கேலியும், கிண்டலுமான பார்வையும், அதை சரளமாக வெளிப்படுத்துகிற அவரது பேச்சும், குரலும், தொனியும் அவரை அறியாமல் இருப்பதற்கான வாய்ப்புகளை ரயில் நிலைய வட்டங்களில் குறைவாக்கியது. எப்படியேனும் நிலையத்திற்கு வரும் எல்லோரோடும் அவருக்கு பழக்கம் ஏற்பட்டுவிடும். அவருடைய சிரிப்பு அப்படிப்பட்டது. இந்த ரயில் நிலையத்தில் தான் தன் வாழ்வை துவங்கினார் என்பதாலும், வேறு சில காரணங்களாலும் சொந்த ஊரான எழும்பூரிலேயே தங்கியிருந்தார். அவருக்கென ஒரு அறை இருந்தும் அங்கு செல்லாமல் நாள் முழுக்க பிரயாணிகளிடமும், குழந்தைகளிடமும் பேசிக்கொண்டும், சிரித்துக்கொண்டும் இருப்பவரை எதேச்சையாகவேனும் சந்திப்பவர்கள் அவரது குரலால் வசியப்பட்டு கட்டுண்ட நிலையிலேயே அவரவர் ஊர்களுக்கு செல்கிறார்கள்.

அப்படியொரு எதிர்பாராத வேளையில்தான் அக்குரல் இப்போது எனக்குள் வந்துவிட்டிருக்கிறது. அந்த இரவின் நினைவுகள் அப்படியே இருக்கின்றன.

பணி நிமித்தமாக எழும்பூர் ரயில் நிலையத்திற்கு ஒரு நள்ளிரவில் சென்றபோது எல்லா வண்டிகளும் சென்றுவிட்டிருந்த நிலையில் பதற்றமாக அலைந்து கொண்டிருந்தேன். நான் செல்ல வேண்டிய தடத்திற்கான வண்டிகள் குறித்த தகவல்களுக்காக பேசிக்கொண்டிருக்கையில் அவரது அனுபவத்தை பெருமையாகவும், உயர்வாகவும் சொல்லி அவரிடம் செல்லுமாறு பிற போர்ட்டர்களால் அனுப்பப்பட்டேன். சரக்கு ரயிலுக்காக காத்திருக்கிற அரிசி மூட்டைகள் அடுக்கி வைக்கப்பட்டிருந்த நடைமேடைக்கு அருகில் சற்று ஒடுங்கி உள்ளே உறங்கிக் கொண்டிருந்தவரை சற்று தயக்கத்தோடே எழுப்பினேன். முதல் குரலுக்கே எழுந்து கொண்டவர், மெதுவாக தூக்கம் கலைந்து என்னைப் பார்த்த பார்வையை நான் இன்னும் மறக்கவில்லை. தடத்தைச் சொல்லி அதற்கான ரயிலுண்டா என்றேன். வேட்டியை அவிழ்த்துக்கட்டி மெதுவாக எழுந்தவர் "எல்லாற்றுக்குமே வழி உண்டு" என்றார். விளக்குகள் வெளிறான மஞ்சள் ஒளியில் எரிந்துகொண்டிருக்க, அந்த ரயில் நிலையத்தில் அப்போது ஒரு சிலர் மட்டுமே நடமாடிக்கொண்டிருந்தனர். அருகில் நிறுத்தி வைக்கப்பட்டு உறங்கிக்கொண்டிருந்த ரயிலொன்று அவ்வப்போது தூக்கத்திலிருந்து எழுந்து சத்தமிட்டுக்கொண்டிருந்தது. மெதுவாக நடக்க ஆரம்பித்தவரை பின்தொடர்ந்து நடந்தேன். முகப்பு வாயிலை அடைந்தோம். "எந்த ஊர் நீ" என்றார். சொன்னேன். என் ஊரில் கடந்த சில வருடங்களாக நடந்த மாற்றத்தையும் அதன் பிந்தையதான வாழ்முறையையும் கேட்டு சரிபார்த்துக்கொண்டார். ஆச்சர்யமடைந்த என்னிடம் "ஊரின் ரயில்நிலையத்தை அறிந்தால் ஊரையே அறியலாம்" என்றார். இப்போது போக வேண்டிய ஊரைச்சொன்னேன். அதன் தடத்தை மொத்தமாகப் பிரித்து, வேறொன்றை அதோடு இணைத்து, மீண்டும் வேறொன்றைசேர்த்து மிகக் குழப்பமடைந்ததாக நான் நினைத்த ஒன்றை தெளிவாக்கினார்.

வெளியே நகரம் பெரும் அமைதியிலிருந்தது. "நகரத்தின் அமைதி புதிர்த்தன்மை கொண்டது. என்னை எப்போதும் பயமுறுத்துகிற அமைதி அது..." என்றேன். சிரித்துக்கொண்டார். உரிமையாக தேநீர் கேட்டதில் மிகுந்த நட்பானோம். என்னை எப்போதோ, எங்கோ பார்த்திருப்பதாக சொன்னவர், இங்கு வந்து போகிற பலரையும் பலகாலம் முன்பே எங்கோ

பார்த்திருப்பது போலவே தோன்றுவதாகவும், அது ஏனென்று தனக்குத் தெரியவுமில்லை என்றார். நேரம் நள்ளிரவைத் தாண்டிச் சென்றுகொண்டிருந்தது. தேநீர் அருந்தி முடிந்த கணத்தில் அமைதியும், இருட்டும் சூழ்ந்த அந்த வெளியை உற்று நோக்கினார். காற்றில் கைகளை முன்னும் பின்னும் அசைத்து எதையோ தேடுவதைப்போல சில தூரம் அந்த இருட்டுக்குள் நடந்து சென்றார். அவர் நடந்து சென்று மறைந்த அந்த இருட்டையே பார்த்துக்கொண்டிருந்தேன். சில நிமிடங்களில் வெளிறிய முகத்தோடு திரும்பியவர் என்னைப் பார்த்து, தன் பார்வையை விலக்கி மெதுவாக ரயில் நிலையத்தை நோக்கி நடக்க ஆரம்பித்தார். அவரைப் பின்தொடர்ந்து சென்றேன். ஒரு நடைமேடையின் பெஞ்சில் உட்கார்ந்துகொண்டோம். நான் போக வேண்டிய ரயிலுக்கு இன்னும் பல மணி நேரங்கள் இருந்தது. மொத்தமாக தூக்கம் கலைந்திருந்தேன். எதிரில் உள்ள குழாயில் நீர் கசிந்து எங்களை நோக்கி வந்துகொண்டிருந்தது. சற்று நேரம் அதையே பார்த்துக் கொண்டிருந்தவர் எழுந்து நடக்க ஆரம்பித்தார்.

மீண்டும் முகப்பு வாயிலை அடைந்தோம். இந்த முறை அவர் வேறு வழியே திரும்பினார். பழைய பிரிட்டிஷ் நினைவுகொண்ட மாபெரும் தூண்கள், வண்ண ஒளி வீசுகிற ஓவியக் கற்கள், பலவகைப்பட்ட இரும்பு வளைவுகள், செம்பினால் பொறிக்கப்பட்ட எழுத்துகள் கொண்ட ஸ்டேஷன் மாஸ்டர்களின் பெயர்களைத் தாங்கிய மரப் பலகைகள், வான் நோக்கி நீள்கிற கம்பீரமான இரும்புக் கம்பிகள் என எல்லாவற்றையும் கடந்தபடி சென்றவர் கடைசியாக அந்தச் சுவரின் இறுதியில் போய் நின்றார். எதிரே அலங்காரம் செய்யப்பட்ட மரச்சட்டகம் ஒன்று பெயர்களை தாங்கிக்கொண்டிருந்தது. அதில் அந்த ரயில் நிலையம் தொடங்கப்பட்ட காலம், பெயர்கள், மற்ற விவரங்கள் பெரிய எழுத்துக்களில் அச்சிடப்பட்டிருந்தது. அதற்குக் கீழே இருபது பெயர்கள் சிறிய எழுத்தில் பொறிக்கப்பட்டிருந்தது. சற்று நேரம் அதையே உற்றுப் பார்த்துக்கொண்டிருந்தார்.

மீண்டும் நிலையத்தின் வெளியே நடந்து சென்றவரைப் பின்தொடர்ந்தேன். அவர் பேசத்தொடங்கினார்:

“இந்த நிலவெளியெங்கும் மண்திட்டைகளே இருந்து வந்தன. நாங்கள் அப்போது எங்கள் கிராமமான பல்லவபுரத்தில் நெசவாளர்களாக கூட்டம், கூட்டமாக ஊர் முழுக்க வசித்து

வந்தோம். ஆளற்ற மேய்ச்சல் நிலங்களும், தண்ணீர் நிரம்பி வழிந்து கொண்டிருக்கிற குளங்களும், ஏரிகளுமாகவே நீ இங்கு கடந்து வந்த பாதைகள் அனைத்தும் இருந்தன. எல்லா ஏரிக்கரை ஓரங்களிலும் மனிதர்கள் அமர்ந்து பேசிக்கொண்டும், விவாதித்துக் கொண்டும், அலைந்து கொண்டும் இருப்பார்கள். எந்த இடையீடுமின்றி விவசாயம் நடந்து வந்த பல்லவபுரத்தில் தான் நெசவும், விவசாயமும் ஒரு நிலையாக உயிர் கொண்டிருந்தது. அவ்வப்போது விவசாயி களில் சிலர் எங்களது நெசவில் வந்து பங்கேற்பார்கள். நூற்நூற்பார்கள், சாயம்பூசுவார்கள், துணிகளின் அமைப்புகளை திட்டமைப்பதென எல்லாவற்றிலும் வேலை செய்வார்கள். எங்களது கலையில் புதுப்புது வண்ணங்களை எங்களுக்கு சொல்லித் தருபவர்களாக அவர்களே இருந்தார்கள். நாங்கள் சாயம் பூசிய பெரும்பாலான புதுவண்ணங்களை அவர்களின் வழியாகவே கண்டடைந்தோம். அவர்களைப்போல மிகத் துல்லியமாக வண்ணங்களை உருவாக்குபவர்கள் யாருமில்லை. மிகச்சிறுவயதில் அதை நேரிலேயே கண்டிருக்கிறேன். நள்ளிரவில் இலைகளைக் கொண்டு கடைந்து, அதிகாலையாக தோன்றுகிற நான் முதன்முதலில் பார்த்த அந்த நிறம் இன்னும் என்னுள் அசைந்துகொண்டிருக்கிறது. நீ என்னை எழுப்பியவேளை உன்னைக் கண்திறந்து பார்த்தபோது, நான் பால்யத்தில் முதல்முதலாக கண்ட அந்த நிறத்தை பல காலம் கழித்து மீண்டும் கண்டேன். எனது நினைவிலிருந்து எழுந்து வந்த அந்த நிறமே இப்போது என்னை உன்னிடம் பேசத்தூண்டுகிறது. இன்று குறுக்கும், நெடுக்குமாக பல இயந்திரங்கள் வேகமாகக் கடந்து போகிற இந்த ஏலாம்பூர் கிராமத்தில் அந்த நிறத்தை என்னால் எங்கும் பார்க்க முடியவில்லை. ஏனோ அந்த நிறம் என் கைப்பட மறுக்கிறது."

எலும்பு துருத்திய மாடுகள் முகங்களில் துயரத்தின் சாயை படர்ந்து உணவுதேடி வெளியெங்கும் அலைந்து கொண்டிருந்தன. அவைகளில் சில எங்களை நோக்கி வந்து கொண்டிருந்தன. மெலிந்துபோன அவற்றைப் பார்த்தவர் தொடர்ந்து,

"பெரும் மந்தைகள் அலைந்துகொண்டிருந்த நாங்கள் அவ்வளவு ஆண்டு காலம் சிறப்பாக வாழ்ந்து வந்த எங்கள் கிராமத்தில் மழை பொய்த்து பல நாள் ஆகியிருந்தது. வாழ வழியின்றி கிடந்தோம். துணிகளை விற்க வெளியூர்களுக்கு சென்ற எங்கள் ஆட்களில் பலர் ஊர் திரும்பியிருக்கவில்லை.

வெள்ளைக்காரக் கம்பெனிகள் புதுப்புது ஆடைகளை வடிவமைத்து, மலிவான விலையால் சந்தையை கைப்பற்ற துவங்கியிருந்தனர். கிராமத்தில் மீதியிருந்த என் தாத்தா உட்பட பலரும் என்ன செய்வதென அறியாது கவலையோடு இருந்தார்கள். ஊரில் ஆங்காங்கே பஞ்சம் உருவாவதற்கான அறிகுறிகள் தென்படத்துவங்கியது. வறட்சியான அந்த காலகட்டத்தில்தான் எனது அப்பா ஊரிலிருந்த என் பாட்டியின் சேலையை எடுத்துக்கொண்டு ஆட்களோடு ஆட்களாக இங்கு வந்து சேர்ந்தார். ஊரிலே இருக்கிற சில பழமையான சேலைகளில் ஒன்றான அது எங்கள் வீட்டின் முற்றத்தில் பலகாலமாக காற்றில் அசைந்து அசைந்து ஊரோடு பேசிக்கொண்டிருந்தது. சிறுவயதில் விளையாடுகையில் வீட்டடியில் அச்சேலை என்னை மூடி நிரந்தரமாகக் காணாமல் போன உணர்வை பலமுறை அடைந்திருக்கிறேன். அழுக்குப் பொதிகளில் தனித்துத் தெரிகிற ஆயிரம் வருடப் பழமையான அந்த சேலையின் வெளிர் வெள்ளையும், அதில் வடிவமைக்கப்பட்டு இருந்த சாந்தும், இளஞ்சிவப்பும் கலந்து அமைந்த அதன் தனித்துவமான அமைப்பும் இன்னும் என் நினைவின் ஆழங்களில் தெரிந்து கொண்டே இருக்கிறது. அதைத் தருகையில் என் தாத்தா அடைந்த துன்பத்தை என்னால் கூற இயலாது.

கருப்பர் நகரமாக இருந்த ஜார்ஜ் டவுணையும், ஏலாம்பூரின் இந்தப் பகுதிகளையும் வெள்ளையர்கள் ஆக்கிரமிக்கத் தொடங்கினார்கள். நாம் நின்று கொண்டிருக்கிற இந்த ரயில் நிலையத்திற்கான அடித்தளம் அப்போதுதான் அமைக்கப்பட்டது. கடுமையான கோடை துவங்கியிருக்க, வறண்டு போன பொட்டல்காடுகளாக இருந்த ஏலாம்பூர் கிராமத்தில் ஆட்களோடு ஆட்களாக கூட்டத்தில் ஒருவராக நாங்களும் நின்றுகொண்டிருந்தோம். கட்டுமானப் பணிகள் ஆரம்பித்திருந்தன. வந்து நின்ற எல்லோருமே பெரும் சுமைகளோடும், சோகத்தோடும் அங்குமிங்கும் அலைவு கொண்டிருந்தார்கள். அவர்களில் பலர் கட்டடப் பணிகளில் வேலைக்கு ஆள் தேடப்பட்ட போது அந்த வரிசையில் போய் நின்று கொண்டார்கள். அப்பா கொண்டு வந்த பாட்டியின் சேலையைத் தூக்கிக்கொண்டு இந்தப் பகுதி முழுவதும் அவரோடே அலைந்தேன். எங்கள் வாழ்வின் பல நேரங்களில் எங்களோடு இருந்த அந்த பழஞ்சேலை எங்கள் ஊரோடு அவ்வளவு தொடர்பு கொண்டது. அதோடு ஏலாம்பூருக்கு வந்த அப்பா, கடுமையான மனச்சோர்வோடும், திடீரென

ஏற்பட்டுவிட்ட வாழ்வின் எதையும் நிகழ்த்திவிட முடியாத நிலை ஏற்படுத்திவிட்ட வெறுமையான உணர்வோடும் வரிசையில் நின்றிருந்தவர்களை பார்த்துக்கொண்டிருந்தார்.

கருப்பர் நகரத்தை சுற்றிய பகுதிகளில் பாட்டியின் சேலையைக் கொண்டு பல இடங்களில் அலைந்த போது ஒரு கேளிக்கைப் பொருளாகவே பார்க்கப்பட்டோம். கழைக்கூத்தாடிகளின் கொட்டகைகள் இப்பகுதிகளில் அதிகமிருந்தன. அதில் தான் இராத்தங்கியிருந்தோம். பாட்டியின் சேலை அடங்கிய பொதியை தலைக்கு வைத்து படுத்திருந்த அப்பா எப்போது ஊர் திரும்புவோம் என்றே நினைத்துக்கொண்டிருப்பார். கோடையின் கடுமை குறைந்து வறட்சி நிலை மாறும் என்கிற நம்பிக்கையால் மட்டுமே பல காலமாக இங்கேயே இருந்தோம். தன்னுடனே பாட்டியின் சேலையை வைத்திருந்த அப்பாவுக்கும், எனக்கும் கடைசியாக வண்ணார்கள் தங்கியிருந்த கடலுக்கு அருகிலுள்ள தறிக்கூடமொன்றில் வேலை கிடைத்தது.

கோடைக்காலம் முடிந்து ஊர் சென்றபோது வறட்சி நிலை பெரிதாக மாறிவிடவில்லை. ஊரில் பலர் காணாமல் போயிருந்தனர். பெரும் மனப்பிரச்சனையில் பெரியவர்கள் எல்லோரும் ஒன்றுகூடி பேசிக்கொண்டிருந்தார்கள். ஏலாம்பூருக்கு வருவதும் போவதுமாக இருந்தோம். ஒரு நாள் ஊரிலிருந்தபோது ஒரு இரவாக இருபது பேர் கூட்டமாக தீப்பந்தங்களோடு எங்கள் கிராமத்திற்கு வந்தார்கள். அவர்களில் முதன்மையாக தலையாரி வந்திருந்தார்.

அவர் எங்களிடம், "நம் ஊர் மக்கள் அதிகம்பேர் வேலை பார்க்கிற ஏலாம்பூரில் கட்டட வேலைகள் வேகவேகமாக நடந்து கொண்டிருக்கிறது. அதை ரயில் நிலையமாக மாற்றுவதாக அதிகாரிகள் என்னிடம் தெரிவித்தார்கள். அதன் அடித்தளம் மிகமோசமாக இருப்பதாகவும், அங்கு கிடைக்கிற கற்களை வைத்து கட்டக்கட்ட அக்கட்டடம் உடைந்து கொண்டே வருவதாகவும் என்னிடம் சொன்னார்கள். அதைக் கட்டுவதற்கான கருங்கற்கள் அவர்களுக்கு அவசரமாக தேவைப்படுகிறதென்பதால் நம் ஊரிலிருந்து அதைக்கொண்டு போவதற்காக இங்கு வந்திருக்கிறார்கள்" என்றார்.

கருங்கற்களை ஊரின் ஒரு பகுதியாகவே நினைத்தோம். வெயில் பளபளத்துக் கீறிக்கீறி உருவான அவை நித்திய காலத்தின் நிரந்தர சாட்சியாகவே எங்கள் ஊரில் ஆதியிலிருந்து இருந்து

வந்தது. அது நிறைந்த எங்கள் மலைப்பகுதிகளும், குன்றுகளும் சிதைவதை ஒருக்காலும் விரும்பாதவர்களான எங்களின் மனசஞ்சலமறிந்தவர்,

"இப்பகுதியில் கருங்கற்கள் இருப்பது அவர்களுக்கு தெரிந்து விட்டது. கண்டிப்பாக இதைப் பெறாமல் இவ்விடத்தை விட்டு நகர மாட்டார்கள். பறவைகள் அதிகம் வாழ்கிற சதுப்புக்காடுகளாகவும், வயல்களாகவும் இருந்த நம் ஊரில் கடந்த சில நாட்களாக ஒரு பறவை கூட வந்து தங்குவதில்லை... நாளுக்குநாள் வறட்சி கூடிக்கொண்டே போகிறது... தற்போதைக்கு இதைத் தந்துவிட்டு வேண்டியதைப் பெறுவோம்" என்றார்.

அந்த நடுஇரவில் கூட்டமொன்று கூட்டப்பட்டது. என் அப்பா உள்பட ஊர்ப்பெரியவர்கள் பலர் அதில் இருந்தார்கள். இறுதியாக ஏராளமான அரிசி மூட்டைகளும், துணி நூல்களும் வழங்கப்படுமெனின் சிலவற்றைத் தருவது என முடிவு எடுக்கப்பட்டது.

மறுநாளே குன்றுகளில் தீப்பந்தங்கள் ஏற்றப்பட்டன. கற்கள் உடைக்கப்பட்ட சத்தங்கள் எங்கள் காதுகளைத் துளைத்தன. அந்தக் கற்களைக்கொண்டு தான் நாம் நின்றுகொண்டிருக்கிற இந்தக் கட்டிடத்தின் அடித்தளம் அமைக்கப்பட்டது. இந்த நிலையமெங்கும் இப்போது காணப்படுகிற சிதலமடைந்த பிரிட்டிஷ் தூண்களாகவும் அவை தான் உருப்பெற்றிருக்கின்றன. குன்றுகளின் பெரும்பகுதி விட்டு வைக்கப்பட்டதெனினும் ஊரிலிருந்து கொண்டு செல்லப்பட்ட கற்கள் இப்போதும் இந்த நிலையத்தில், எனது காலடியில் நகர்ந்து கொண்டுதானிருக்கிறது. நிலத்தினடியில் உயிர் கொண்டிருக்கும் அது, இரவு முழுக்க என் பழைய கிராமத்தின் கதையை எனக்கு சொல்லிக்கொண்டிருப்பதாகத் தோன்றுகிறது.

அப்போது எந்தக் கல்லை விட்டுக்கொடுப்பது என்ற போராட்டம் எங்களை மிகவும் பாதித்த ஒன்று. கோவில் அருகே பலகாலமாக தனித்துக் கிடந்த ஒன்றைத்தான் கடைசியாக எடுத்துக்கொண்டார்கள். பல நூற்றாண்டுகளாக இருந்த அவ்விடத்தை விட்டு நகராமல் இருந்த அக்கற்கள் இருந்ததற்கான அடையாளங்கள் இன்றும் எனது கிராமத்தில் மண்ணோடு மண்ணாக கிடக்கிறது. அந்த முதல் கல் உடைபடுகையில் உடனிருந்த தாத்தாக்களின்,

பாட்டிகளின், ஊர்மக்களின் முகங்களை கண்ட அப்பா மிகுந்த வேதனையையும், சோகத்தையும் அடைந்தார்.

அதைத் தொடர்ந்து ஏற்பட்ட உடல்நலக்குறைவால் அவரால் நூற்நூற்க முடியாமல் போக, நானே வண்ணாரத் தெருக்களில் இருந்துகொண்டேன். கற்களின் பெயர்வால் ஊரில் உண்டாகிவிட்ட நிரந்தரமான வெறுமையால் பலகாலமாக துயரத்தை அடைந்தவர் துக்கத்தில் ஊரில் ஒரு நாள் இறந்து போனார். இயந்திரகதியாக என் ஊர் இப்போது பல மாற்றங்களை அடைந்தும் இன்னும் அப்பாவின் உறைவிடம் வேம்பு சூழ தனித்துக் கிடக்கிறது.

அப்பாவின் நினைவுக்காகவும், தொடர்ந்த வறட்சி நிலையாலும் நான் தறிக்கூடத்தில் வேலை பார்த்தேன். என்னோடே இருந்துவந்த பாட்டியின் சேலையோடு ஏலாம்பூரில் ஒரு கொட்டகையில் தங்கியிருந்தேன். கடல் அருகில் இருக்க சிப்பி விற்பவர்கள், சதிர் ஆட்டக்காரர்கள், மிட்டாய்க்காரர்கள், பஞ்சு விற்பவர்கள், என்னைப்போன்ற நூற்நூற்பவர்கள், சாயம் பூசுபவர்கள், ஏவலாளர்கள், படகோட்டிகள், ஏலாம்பூர் நிலைய கட்டடத் தொழிலாளர்கள் எனப் பல தரப்பட்டவர்கள் அங்கு வாழ்ந்து வந்தார்கள்.

பிரமாண்டமாக வளரத்துவங்கிய கருப்பர் நகரத்தின் வளர்ச்சியை சமாளிக்க இயலாது ஏலாம்பூர் ஆறு வறண்டு போகத் துவங்கியது. முன் எப்போதையும்விட கோடைக் காலம் மிக மோசமான விளைவுகளை ஏற்படுத்த, கட்டட வேலை முடிய இன்னும் வருடங்கள் ஆகும் என்பதாலும், வேலை பார்க்கிற தொழிலாளர்களின் எண்ணிக்கை நாளுக்குநாள் அதிகரித்துக்கொண்டே போகிறது என்பதாலும் தண்ணீர் தேவை கருதி அங்கு கிணறு தோண்ட முடிவானது. அதைத் தோண்ட ஆரம்பித்த நாளில் அங்குதான் இருந்தேன். தறிக்கூட வேலை முடிந்து கொட்டகையிலிருந்து அதைப் பார்த்துக்கொண்டிருந்தேன்.

ஒரு அதிகாலையாக வேலைகள் துவங்க பல மணிநேரமாக தோண்டியும் தண்ணீர் வரவில்லை. அவ்விடத்தில் தண்ணீர் வராமல்போனது குறித்து எல்லோருக்கும் பெரும் ஆச்சர்யம். எதையும் பொருட்படுத்தாமல் மறுநாள் மீண்டும் தோண்டினார்கள். தண்ணீருக்கான அறிகுறியே இல்லை. பல வாரங்களாக, பலவிதங்களில் முன்னேறியும் அங்கு தண்ணீர் வராத நிலையைக் கண்ட அதிகாரிகள் பெரும் ஏமாற்றமடைந்தார்கள். சிறு சிறு இயந்திரங்களோடு யார்

யாரோ ஏலாம்பூருக்கு வந்துபோக பல நூறு அடிகள் தோண்டப்பட்டும் தண்ணீர் சுரக்கவில்லை. சுற்றியுள்ள இடங்களில் கிணறு தோண்ட முடிவானதெனினும், ஒரு காலத்தில் ஆறு ஓடிய இப்பகுதிகள், இப்போது தண்ணீர் சுரக்காமல் போனதை அவர்களால் நம்பமுடியவில்லை.

சிலநாள் கழித்து ஜார்ஜ் டவுணில் தோண்ட ஆரம்பித்த வுடனேயே தண்ணீர் சுரக்க, அது அவர்களை மேலும் கடுமையாக குழப்பியது.

ஒருநாள் நான் தோண்டப்பட்டு கிடந்த அந்தக்குழியை சென்று பார்த்தேன். நிலத்தைச் சிதைத்து பல்வேறான கற்களும், மணல்களும் மலைபோல அதைச் சுற்றி குவித்து வைக்கப்பட்டிருந்தன. நான் உள்ளே பார்த்தபோது மங்கலான வெளிச்சத்தின் ஆழத்தில் ஒரு சிறு கல்லைக் கண்டேன். என் ஊர் கல்தான் அது. இருட்டினுள் மினுமினுப்போடு அக்கல் தன் உலகத்தில் தானே நகர்ந்து கொண்டிருப்பதுபோலத் தோன்றியது.

சில நாட்களில் ஊருக்குச் சென்றபோது குன்றுகளெங்கும் அலைந்தேன். அப்போது நூற்றாண்டுகளாக நகராமல் இருந்து முதல்முதலாக எடுக்கப்பட்ட கற்கள் இருந்த இடத்தை வந்தடைந்தேன். அதன் தடங்கள் தனித்துத் தெரிய சுற்றிலும் பார்த்தேன். பாதையின் ஓரத்தில் தனிக்கல் ஒன்று பிளந்து கிடந்தது. இங்கிருந்து பெயர்த்தெடுக்கப்பட்ட கல்லின் மிச்சமாக இருக்கக்கூடுமென நினைத்துக் கொண்டேன். பலகாலமாக எதுவும் படாமல் அதன் உராய்வுத்தன்மை சற்று குறைந்திருக்க அதை எடுத்துக்கொண்டேன்.

ஏலாம்பூர் செல்கையில் வேண்டிய தண்ணீரைத் தர ஜார்ஜ் டவுண் கிணறே போதுமானதென முடிவெடுக்கப்பட்டதால் கொட்டகை அருகே தோண்டப்பட்ட குழியை மூடிக் கொண்டிருந்தார்கள். குவிந்து கிடந்த மண்களை எடுத்து ஆட்கள் அப்புறப்படுத்திக் கொண்டிருக்க நான் அருகே சென்றேன். ஒருவர் என்னை அங்கிருந்து போகுமாறு சைகை செய்தார். நான் குழியினுள் எட்டிப்பார்த்தேன். இப்போதும் அந்தக் கல் தனியே கிடந்தது. எனது பையிலிருந்த கல்லை உள்ளே எறிந்தேன். ஆழத்திலிருந்து ஒரு சிறு அதிர்வு மட்டும். மீண்டும் கொட்டகைக்குத் திரும்பினேன். மறுநாள் பார்க்கையில் அக்குழி மூடப்பட்டு அந்த இடம் சமன்படுத்தப்பட்டிருந்தது.

தினமும் தறிக்கூடத்தை விட்டு வருகையில் அவ்விடத்தைப் பார்த்தபடியே கொட்டகையை சென்றடைவேன். ஒரு வாரம் கழித்து ஒரு மாலை நேரமாக அந்த இடம் ஈரமாகத் துவங்கியது. சில நேரம் கழித்து கொட்டகையிலிருந்து அவசர அவசரமாக எழுப்பப்பட்டேன். எழுப்பியவர்களில் பலர் நனைந்து போயிருக்க நான் அறியாமலே என் மீதும் தண்ணீர் இறங்கி நனைக்க ஆரம்பித்திருந்ததை உணர்ந்தேன். வெளியே வந்து பார்த்தேன். அந்த நள்ளிரவில் சமன்படுத்தப்பட்ட இடத்திலிருந்து மாபெரும் ஊற்றொன்று வெளிப்பட்டு வானளவு அசைந்துகொண்டிருந்தது. ஒரு பேரருவியைப்போல, பலகாலமாக அடங்கி வெளிவரத்துடிக்கும் காட்டாற்றைப்போல, ஒரு கனவைப்போல அந்த ஊற்றிலிருந்து வெளிப்பட்ட தண்ணீர் ஒவ்வொரு கணமும் உயர்ந்து கொண்டே சென்றது. அதன் பேரிரைச்சலில் என்னால் எந்த ஓசையையும் கேட்க முடியவில்லை. ஒரு நிலக்காட்சி சடுதியில் வான்காட்சியாக மாறிய விநோதமது.

கொட்டகைகள் விரைவில் மூழ்கத் துவங்க நாங்கள் அவசர அவசரமாக அவ்விடத்தை விட்டு நகர்ந்தோம். பூமியின் உள்ளிருந்து மாபெரும் விசையொன்று கடும் வேகத்தோடு அவ்வெளியெங்கும் தண்ணீரை தொடர்ந்து விடுவித்துக்கொண்டிருந்தது. சுற்றிலும் பார்த்தேன். ஏலாம்பூர் ஆறு மீண்டும் என் கண் முன்னால் உருவாகிக்கொண்டிருந்தது. கூச்சல்களுக்கிடையில் ஓடிக்கொண்டிருந்தபோது புதிதாகப் பிறந்திருந்த அந்த ஆற்றின் சுழிகளினுள்ளே பொதியிலிருந்து பிரிந்திருந்த பாட்டியின் சேலை மெதுவாக ஒன்று கலப்பதைக் கண்டு திகைத்து நின்றேன்.

யாராலும், எதுவும் செய்ய முடியாமல் ஒருவார காலம் தண்ணீரை இறைத்துக்கொண்டிருந்த அந்த ஊற்று கட்டட வேலையை ஓராண்டு காலம் முடக்கியது. முற்றிலுமாக நனைந்தபடி அதை வெறுமனே பார்த்துக்கொண்டிருந்த அதிகாரிகளின் முகத்தில் தென்பட்ட திகிலுணர்வு என்னால் மறக்க முடியாதது.

தறிக்கூடம் மூடப்பட்ட பிறகு அந்த ஊற்றின் நினைவாகவே இருந்தேன். அக்காட்சி என்னை முழுமையாக ஆட்கொள்ள ஏதோவொரு தான்தோன்றி மனப்போக்கோடு அப்பகுதி களிலேயே அலைந்துகொண்டிருந்தேன். ஊர் கற்கள் இருக்கும் இந்த ஏலாம்பூர் நிலையக் கட்டிடத்திலேயே வேலைக்குச் சேர்ந்தவன், அடுத்த பத்து வருடங்களில் இந்த ரயில்நிலையம்

திறக்கப்படும் வரை இதில்தான் முதன்மையாக வேலை பார்த்தேன்..."

அவ்வளவு நேரம் உணர்ச்சிகரமாக பேசியவர் என்னைப் பார்த்தார். மீண்டும் ரயில் நிலையத்திற்குள் நடந்தார். ஒருவித ஆழ்ந்த மனநிலைக்கு சென்றிருந்த என்னை வேறொரு இடத்திற்கு அழைத்துச் சென்றார். அது எழும்பூர் ரயில் நிலையத்தின் முட்களும், புதர்களும் சூழ்ந்த சிதலமடைந்த ஆள் நடமாட்டமற்ற ஒரு வெளி.

பழைய ரயில் பெட்டிகள், இற்றுப்போன பெயர்ப்பலகைகள், துருப்பிடித்திருந்த தண்டவாளங்கள், இயங்காத ரயில் இயந்திரங்கள் என இருந்த அதனூடே சென்றபோது செடிகளுக்கு மத்தியில் பழங்கால கருங்கல் ஒன்று தனியே அமைந்திருந்தது. அந்த இடத்தை உற்றுப் பார்க்கும்படி சொன்னார். பார்த்தேன். தொடர்ந்து பார்த்தேன். நான் பார்த்ததை என்னால் நம்பமுடியவில்லை.

அவ்விடத்திலிருந்து தண்ணீர் தொடர்ந்து கசிந்துகொண்டே இருக்கிறது.

- சிலேட் (2016)

3
இடப்பெயர்வு

வெயிலின் நிழல், வெயில் போல தெரிகிற ஒரு முற்பகல் வேளையில் தான் நானும் அவனும் அந்த வீட்டிற்கு குடிபெயர்ந்தோம். ஒவ்வொரு திருப்பமாக, கடந்து வந்து சேர்ந்த மரங்களடர்ந்த வெளியில் யாராலும் எளிதில் கண்டுபிடித்து விட முடியாது தனியே அமைந்திருந்த அந்த வீட்டை தற்செயலாகவே அடைந்ததாகக் கூறியிருந்தான். புறநகர்ப்பகுதியின் பிரதான சாலையிலிருந்து, வெகு தூரத்தில் இருந்த மேற்கு பார்த்த பழைய கற்காரை வீடு. இரண்டு பேர் தாராளமாக புழங்குவதற்கேற்ற கச்சிதமான நான்கே அறைகள். விஸ்தாரமான பிரதான அறை. அதையும் உள்ளறையையும் பிரிக்கிற மஞ்சள் நிறத்திலான சுவர். அதைக் கடந்தால் படுக்கும் அறை. எல்லா அறைகளிலும் விளக்குகள் பொருத்தப்பட்டிருந்தன. ஒவ்வொரு அறையிலும் எனது பொருட்களையும், அவனது துணிகளையும் வைப்பதற்கு ஏற்றவாறு அடுக்குகள் சுவர்களில் பதிக்கப்பட்டிருந்தன. உள்ளறையின் அடுக்குகள் மட்டும் திரைச்சீலைகளால் போர்த்தப்பட்டிருந்தன.

அவன் தலையணை உறைகளையும், சால்வைகளையும், போர்வைகள் முதலான ஆடைகளையும் விற்பவன் என்பதால் இதைப் போன்றதொரு அழகான வேலைப்பாடு கொண்ட மிகப்பழமையானதொரு திரைச்சீலையை இதுவரை எங்குமே கண்டதில்லை என்றான். இவ்வளவு நாட்களாக மாறுதலற்று போய்க்கொண்டிருக்கிற தன் வாழ்வில், இப்படி ஒரு ஆச்சர்யம், தற்செயலாக கிடைத்துவிட்ட ஒரு பழைய வீட்டின் உள்ளறையில் தனக்காகக் காத்துக்கொண்டிருப்பது இந்த

உலகின் இயக்கம் மீதான ஒரு நம்பிக்கையை உருவாக்கிறது என்றான். நான் பார்க்கையில் அத்திரைச்சீலை பார்த்த கணத்திலேயே ஈர்ப்பை உருவாக்குகிற விநோதமானதொரு நிறத்தில் தன் உருவரையைக் கொண்டிருந்தது.

வீட்டின் தனிமை சுற்றியுள்ள மரங்களினால் ஆழமடைந்திருந்தது. வீட்டைச்சுற்றி இந்த நகரத்தின் எந்தவொரு வீட்டின் அறைகளிலும், மாடிகளிலும், வெளிகளிலும் கிடைத்திராத அமைதி. சுவர்களில் ஆழ்ந்த மௌனம் குடிகொண்டிருக்க, நிலைக்கதவின் வண்ணங்கள் பார்க்கையில் ஒவ்வொரு முறையும் ஒவ்வொரு தோற்றத்தை உருவாக்கிக் கொண்டிருந்தன. வறண்ட நிலங்கள் தெரிகிற சிறிய பழஞ்ஜன்னல்களில் தூசி படிந்திருக்க, நூலாம்படையின் கலைவுகள் கம்பிகளை வளைத்திருந்தன.

பழைய ஏரியொன்றிருந்த சதுப்பு நிலத்தில் அமைந்திருந்த குளியலறையின் அகலமான துளை வழியே தண்ணீர் கொப்பளிக்கிற சத்தங்கள் வீட்டிற்குள் சதா கேட்டுக் கொண்டே இருந்தன. நாளின் எல்லா வேளைகளிலும் சிறு கோடென தண்ணீர் தெறித்து வெளியே ஓடி வந்து விடும். அதனாலேயே உள்ளறைகள் பெரும்பாலும் ஈரமடைந்தே காணப்பட்டன. எப்போதும் தண்ணீர் பிரிந்து பிரிந்து பரவிக்கொண்டே இருந்த ஈரம், படுக்கையறையில் ஒரு வித பூஞ்சை வாசத்தை உருவாக்கியிருந்தது.

சுவர்களிலிருந்தும், நிலைகளிலிருந்தும் மரத்தூசிகளும், மண்துகள்களும் அவ்வப்போது உதிர்ந்துகொண்டே இருக்க, உள்ளறையின் மேல்புறச் சுவரில் பழையகால மரப்பெட்டி ஒன்று தனித்துத் தென்பட்டது. இரவில் அடிக்கடி அதிலிருந்து ஏதோவொன்று வெளியேறத் துடிக்கிற சத்தங்கள் கேட்டபடி இருந்தன. அதை அப்புறப்படுத்த நினைக்கையில் மேல் வந்து விழுந்த எலிக்குஞ்சுகளின் முகங்களில் உயிர் அசைவுகள் தெரிந்தன. வேலைப்பாடுகள் கொண்ட அதன் உருவரைகள் அறையின் நுட்ப ஒழுங்கை குலைக்காதிருக்க பெட்டியை அப்படியே விட்டுவிட்டோம்.

ஒரு காற்றாடி எங்களுக்கென விட்டு செல்லப்பட்டிருந்ததை வெகுநாட்கள் கழித்தே கவனித்தோம். அடர் கறுப்பு நிறத்தில் அதன் கூடு. உள்ளே வெள்ளியில் சுழலும் கத்திகள். கூடு பல இடங்களில் நெளிந்திருக்க, மெல்லிய தொடுதலுக்கே அழுந்துகிற அதன் பத்தான்கள் அனைத்தும் கைரேகைகளினால் அழுத்தம் பெற்றிருந்தன. சில முறை இயங்கியும், சில தடவை

இயங்காமலும் அதன் இயக்கநிலை குறித்த சந்தேகங்களை காற்றாடி தொடர்ந்து எழுப்பிக்கொண்டிருக்க, அதன் கூட்டின் இடுக்குகளில் தென்பட்ட கம்பிகளின் வரிசை ஏதோவொரு உருவை உருவாக்குகிற தொடர்ச்சியைக் கொண்டிருந்தது.

வீட்டிற்கு குடிபெயர்ந்த அன்று, வீட்டின் வயதான உரிமையாளர் எங்களைக் காண மறுத்துவிட்டார் என எங்களிடம் தெரிவிக்கப்பட்டது. மேலும் வரும் காலங்களில் யாருடைய இடையீடுகளும், எவ்விதங்களிலும் இல்லாமலிருக்கும் என்றும்.

அவன் ஆடைகளின் விற்பனையாளன் என்பதால் அதிகமான நாட்கள் வீட்டில் தங்குவதில்லை. பிரதான அறையில் ஜன்னலில் தெரிகிற மரங்களைப் பார்த்தபடி தனியே உறங்குவேன். மரப்பெட்டியிலிருந்து கேட்கிற சத்தங்கள் சில நிமிடங்களில் அடங்கிவிடுவதால், நிறம் மங்கிய சுவர்களின் உரையாடல்களோடு மீண்டும் உறங்கிவிடுகிற மனநிலையைத்தான் கொண்டிருந்தேன்.

என்றாவது என்று என முன்வரையிருக்கவியலாத இரண்டு அல்லது மூன்று நாட்கள் அவன் வந்து தங்குவதுண்டு. பல நாட்களாக தொடரும் வேலையால் பெரும்பாலான நேரம் உறங்கிக்கொண்டிருப்பான். மீதியிருக்கிற நாழிகைகளில் பல்வேறான அனுபவங்களை விரித்துக்கொண்டிருப்பான்.

வெகுகாலங்களுக்கு முன்பாக, மனிதர்கள் கூட்டம் கூட்டமாக வெளியேறிச் சென்ற ஒரு கடுமையான மழை நாளில், நகரத்தைவிட்டு வழி தவறி தான் வந்து சேர்ந்த இவ்வீடிருந்த பாதையின் வெளிறிய வெளிச்சத்தில் நுழைகையில் மழை எதிர்பாராதவிதமாக அப்படியே நின்றுவிட்டதை தன்னால் மறக்கவே இயலாதென்றும், அங்கிருந்து பார்க்கையில் வானில் தெரிந்து கொண்டிருந்த தோற்றங்களில், அக்கணத்தில் இந்த வீட்டைத்தவிர மற்ற எல்லா இடங்களிலும் மழை பெய்துகொண்டிருப்பதாகத் தோன்றியதாகவும், இந்தவீடு மட்டும் அசாதாரணமான அமைதி கொண்டிருந்ததாகவும் கூறினான். மேலும் அருகிலிருந்த மலைக்குன்றொன்றின் எஞ்சியப் பகுதிகளை ஆட்கள் பெயர்த்தெடுத்துக் கொண்டு போவதை பார்த்ததாகவும், காற்று முழுவதும் பச்சை வாசம் நிரம்பிய அந்தப் பகலில், வேறு எதையும் பார்த்ததாக எந்த நினைவுமில்லை என்றவன், அந்த வாசம் இப்போது அவ்வப்போது வீட்டிற்குள் பரவுவதை தான் கவனிப்பதாக கூறினான். இதற்கு முன்னால் இங்கிருந்தவர்கள் அவசர அவசரமாக காலி செய்துவிட்டதை கேள்விப்பட்டதாக

கடைசியாக தெரிவித்தவன், நாம் அங்கு குடியேறுவோம் என என்றுமே நினைத்ததில்லையென்றும், நம்மை அவ்வீடே ஏதொவொரு வகையில் தேர்வு செய்திருப்பதாகவும்கூறினான்.

காலத்தில் பழையதான அந்த வீட்டையும், மிக வயதான நாய்கள் அலைகிற அச்சூழலையும் நெருக்கமாக உணர்ந்த அங்கிருந்த ஆரம்ப வேலையற்ற நாட்களில் வெளியே செல்லும் எண்ணமின்றியே இருந்தேன். மீறலாக, கிளம்ப எத்தனிக்கையில் எல்லாம் வகையின்றி ஏதொவொன்று நிகழ்ந்துவிடும்.

ஒரு பகலில் வீட்டை விட்டு கிளம்புகையில் உள்ளறையிலிருந்து ரகசியமாக எட்டிப் பார்த்த தண்ணீர் வீடு முழுக்க படர்ந்து பூஞ்சை நெடி எல்லா அறையிலும் மெதுவாக பரவிக் கொண்டிருந்தது. மற்றொரு நாளின் பகல் வேளையில் வெயிலினூடாக எனது பற்கள் நடுக்கத்தோடு ஒன்றுக்கொன்று பேசிக்கொள்ள ஆரம்பித்தன. நிலைக்கதவின் பட்டைகள் தனியே தெரிய இரவில் மரப்பெட்டியின் சத்தங்கள் தாறுமாறாகின. நேர்மாறாக சிலவேளைகள் சிறு சத்தம்கூட கேட்டிராத வகையில் ஆழ்ந்த மௌனம் வீடு முழுக்க நிலவியிருந்தது.

சில இரவுகள் உள்ளறையில் நுழைகையில் திரைச்சீலையின் அசைவுகள் மிகக் கடுமையாவதை கண்டிருக்கிறேன். ஜன்னலில் தொலைவில் காற்றில் வீசுகிறார்போலத் தோன்றுகிற கோடுகள் கரைந்து பரவித்தெரிய, அதைப் பார்த்தவாறு நடக்கையில் படுக்கையறைக்கு செல்லும் பாதை முடிவற்று நீள்வதாக பலநாள் உணர்ந்திருக்கிறேன். அதுபோன்ற வேளைகளில் உடலின் பல்வேறு இடங்கள் மெலிதாக துடித்தபடி இருக்க, யாரோ என்னைத் தொடுகிறார் போல உணர்ந்து அங்கிருந்து நீங்குகிற முடிவை அனிச்சையாகவே கைவிடுவேன். எதிர்மறையான எண்ணங்கள் தொடர்ந்து தோன்றியபடியே இருக்க, கட்டடங்கள் துருத்திக்கொண்டு தெரிகிற தொலைவான வறண்ட நிலங்களை பார்த்தபடி இருந்து விடுவேன்.

ஒரு பின்மாலையில் ஜன்னலிற்கு வெளியே தோன்றிய அபூர்வமான வெளிச்சத்தில் வீட்டைவிட்டு வலுக்கட்டாயமாக வெளியேறி நகரத்திற்குள்ளே செல்ல நினைத்தேன். வீட்டினால் வசியப்பட்ட நிலையில் ஒரே மாதிரியான அசைவுகள் சலிப்பை உருவாக்க ஆரம்பித்திருந்தன. எந்த நாளும்

இல்லாத வழக்கமாக வீட்டின் வெளியே இருந்த மரத்தில் வந்து அமர்ந்திருந்த காகத்தை பார்த்துவிட்டு உள்ளறையில் நுழைகையில் ஆடைகள் அனைத்தும் அடுக்குகளில் இருந்து கீழே விழுந்து நனைந்திருந்தன. நெடுநாட்களாக வெளியேற முடியாத அறையின் தனிமையிலிருந்து விலகி தொலைவை நோக்கி செல்லத் தேர்ந்தெடுத்த ஆடைகள் எதிர்பாராமல் நனைந்தது அதிர்ச்சியளிப்பதாக இருந்தது.

அன்று கட்டாயமாக வெளியேறி வந்து சேர்ந்த நகரத்தின் புதிய தெருக்களில், உயரமான போஸ்ட் கம்பிகள் கரி படிந்து நின்றுகொண்டிருக்க, அங்கு நடமாடிக்கொண்டிருந்த முகங்கள் சலிப்பை அடைந்துவிட்டிருந்தன. அவசர அவசரமாக போய்க்கொண்டிருந்த அக்கண்கள் தீவிரத்தையும், வெறுமையையும் ஒருசேர அடைந்திருக்க, உடல்கள் காற்றில் வெறுமனே நடமாடிக்கொண்டிருந்தன.

எல்லாவற்றிலிருந்தும் விலகி இருளடையும் வேளையாக வீடு திரும்புகையில் மஞ்சள் வெளிச்சத்தில் தெருப்பாதைகள் அனைத்தும் வெடிப்புற்றிருக்க, அதனூடாக பல்வேறான பிளவுகள் கிளைகிளைகளாக, கூறுகூறுகளாக, பிரிந்து பிரிந்து சென்றன. வழக்கமாக துயரமுகங்களோடு அலைகிற நாய்கள் காணாமல் போயிருக்க, ஒரு இலையின் அசைவுகூட இல்லாத ஆழ்ந்த தனிமை.

வீட்டின் மேற்சுவர்களில், மரங்களில், படிகளில் காகங்கள் அமர்ந்திருந்தன. சமீப நாட்களாக அதிகரித்து விட்ட அந்தப் பறவையின் எண்ணிக்கை, அதைத் தொடர்ந்து வீசிய உலர்ந்த காற்று, அச்சூழலை வேறொரு தொலைவுக்கு கொண்டு செல்வதாக தோன்ற செய்தது.

வீட்டினுள் நுழைந்தபோது சமன் குலைக்கப்பட்ட ஏதோவொரு ஆழத்தில் நுழைவதாகவே உணர்ந்தேன். தரையின் கற்கள் வளைந்து இடம்பெயர்ந்திருந்தன. வழக்கமாக கேட்கிற மரப்பெட்டியின் சத்தங்கள் சன்னமாக வேறு தொனியில் ஒலித்து அடங்க, நிலவிய கடுமையான மௌனத்தினூடாக நடந்து சென்றேன். பரிதவிக்கும் ஏதோவொன்றின் கடும் ஒலி காதுகளில் கேட்டுக்கொண்டே இருக்க படுத்துக்கொண்டேன். தாறுமாறான எண்ணங்கள் தோன்றியபடி இருக்க, எதையெதையோ நினைத்தபடி கண்களை வெறுமனே மூடியிருந்தேன்.

நள்ளிரவாக மரப்பெட்டியின் ஒலி கடுமையாக உயர்ந்து ஒரு குரலெனவே கேட்டுவிட, எழுந்துகொண்டேன்.

இதயத்தின் துடிப்புகள் கூரையை அடைந்திருந்தன. திரும்புகையில் ஒரு காவல் தெய்வம்போல காற்றாடி தலையருகில் வீற்றிருந்தது. அதன் கூடுகள் மற்றும் அசையாத கத்திகள் சுவற்றின் பக்கமாக திரும்பியிருந்தன. வலிந்து அதை வேறொரு பக்கமாக திருப்பி வைப்பினும் சில நிமிடங்களில் என் பக்கமாக திரும்பிக்கொண்டது. காரணமின்றி அது நிகழ்ந்துகொண்டே இருக்க காற்றாடியை அதற்குரிய இடத்தில் வைத்துவிட்டு வெளியே சென்றேன்.

ஜன்னலில் தெரிந்த மரங்களின் இலைகளில் இன்னும் எந்த அசைவுமில்லை. எல்லா உயிரசைவும் நிறுத்தி வைக்கப்பட்டார் போல, எல்லாமே நிச்சலனமாக உறைந்து விட்டதான நிலை. இருட்டினூடாக தூரத்தில் சிறு ஒளி அசையாதிருப்பது தெரிய, நான் நின்றிருந்த படியின் கற்கள் கடினப்பட்டிருந்தன. அதன் இறுக்கங்கள் ஏதோவொரு ரஸவாதத்தில் இப்போது தான் மாற்றமடைந்தது போலிருக்க, அந்தவொன்றின் குரல் எதிரொலியென தெளிவற்றதாகக் கேட்டது.

காற்று வழியாக தொடர்ந்து ஒலித்தபடி இருந்த அந்தக் குரலைப் பின்தொடர்ந்து சென்று பார்க்கையில் தரையில் அரற்றியபடி கத்திகள் சுழன்றவாறு காற்றாடி கீழே சாய்ந்திருந்தது. அதை மெதுவாக நகர்த்திவிட்டு உள்ளறையில் நுழைகையில் திரைச்சீலைகள் அசாதாரணமாக நகர்ந்து தணிந்தன. அலையென இருந்த அதன் அசைவுகள் ஒரே கணத்தில் சட்டென நின்றுவிட்டன. இப்போது நிறமற்ற அதன் உருவறைகள் ஏதோவொன்றை மறைப்பதைப்போல மெதுவாக அசைந்துகொண்டிருந்தன.

காரணமற்று உருவாகிய புழுக்கம் நொடிக்கு நொடி அதிகரித்து, உடல் எரிந்து, வியர்த்து வழியத்துவங்க குளியலறையில் நுழைந்தேன். ஒரு பெரிய பனிக்கட்டியை கரைத்தார்போல நீர் அசாதாரணமான குளிரோடு விழுந்துகொண்டிருந்தது. ஒவ்வொரு குடுவையாக ஊற்றினேன். நீர், தெறித்து ஒரு கோடெனப் பாய்ந்து அடுக்குகளின் அருகே சென்று கொண்டிருந்தது. பற்கள் மீண்டும் நடுக்கத்தோடு அடித்துக் கொள்ள, ஐந்து கிண்ணங்கள் ஊற்றிய பிறகு உடலில் தாங்க முடியாத விறைப்பு. உள்ளடங்கி எழுகிற சதைகளில் இன்னுமொரு கிண்ணம் சுரிப்பை உண்டாக்கிவிடும்.

மீண்டும் அறையை உலர்ந்த நிசப்தம் ஆட்கொள்ள, கலைந்து கிடந்த கசங்கிய ஆடைகளில் ஒன்றை அணிந்து கிளம்ப

எத்தனித்து வாசலை நோக்கிச் சென்றேன். யாரோ வேகமாக பிடித்திழுப்பதைப் போன்ற உணர்வு. உடலின் ஆற்றலனைத்தும் ஒரே நொடியில் போய்விட்டார்போல சொல்ல முடியாத தளர்வு நிறைந்த சோர்வு. தலைகிறங்க பார்த்தபோது கூரையின் சுவர்களில் வெளிர் மஞ்சள் நிறத்திலான சாயைகளை ஏதோவொன்று உருவாக்கிக்கொண்டிருந்தது. வரையறுக்க முடியாத உருவங்கள் மருட்சியாக இறங்கி வந்து கொண்டிருந்தன. மரப்பெட்டியிலிருந்து கேட்கும் சத்தங்களின் அதிர்வுகள் வழக்கத்திற்கு அதிகமாகவே உரத்து ஒலிக்கத் துவங்க பாதங்களில் ஏறிப் பரவிய உறக்கத்தில் கண்கள் தாமாகவே மூடத்துவங்கின.

ஒரு கொடும் கனவிலிருந்து வெளியேறியது போல கண் விழித்தபோது அக்காலையின் எடை என் மேல் முழுக்க கவிந்திருந்தது.

உடனே வீட்டை விட்டு வெளியேறினேன்.

எவரும் நடமாடாத தெரு உறைந்து கிடக்க, நடக்கையில் வந்து சேர்ந்திருந்த ஏரிகள் வெளி உணரமுடியாத மௌனத்தை தங்களுக்குள்ளாக கொண்டிருந்தன. மண்பரப்புகள் கடும் குழப்பத்தோடு கோடு கோடுகளாகக் காணப்பட்டன. கானலாக தூரத்தில் தெரிந்த இடங்களிலெல்லாம் கம்பிகள் நடப்பட்டிருக்க, ஒரு பெரிய மலைப்பாம்பென அவ்விடங்களை தண்ணீர் குழாய்களின் தொடர்ச்சிகள் வளைத்திருந்தன.

சுற்றுப்பாதைகளில் பறவைகள் மொத்தமாக உதிர்த்து விட்டிருந்த இறகுகள் சிதறிக்கிடக்க, வறண்ட அதன் உட்பகுதி உள்நுழைய முடியாததாக இருந்தது. மரவேர்களின் இடையே திரைச்சீலையின் மங்கிய நிறத்தில் பழைய சேலைகள் தங்களுக்குள்ளாக பின்னியபடி இருக்க, உடைந்த கண்ணாடி வளையல் துண்டுகள் ஒளிகளை பிரதிபலித்துக் கொண்டிருந்தன. கடந்துசெல்ல முயன்றேன். இரைச்சல்களின் சத்தங்கள் அதிகரித்து, புழுதியாக கிளம்பிக்கொண்டிருந்தது. வெகுநேரமான காத்திருப்பு முடிந்து, குழப்பத்தோடும், சஞ்சலத்தோடும், பயத்தோடுமே வீட்டிற்கு திரும்பினேன்.

தயக்கத்தோடு உள்ளறையில் நுழைந்த போது அத்திரைச்சீலை மூடுதிரையாகி அறை முழுக்கவே இருளடைந்திருந்தது. நாங்கள் இங்கு வந்த நாளில், இதே பொழுதில் தெரிந்த அந்தப் பழைய நிறங்கள் எதுவும் தெரியவில்லை. அந்தத் திரைச்சீலை இருக்கிறதா, இல்லையா என்பதைக்கூட உறுதியாகக்

கூற முடியவில்லை. அடுக்குகளினூடாக பொருட்கள் வெண்ணிறமாக தெரிந்தன. துணிகள் தரையில் விழுந்து கலைந்து கிடந்தன. புதிது புதிதான கீறல்கள் அறையெங்கும் தென்பட சுவர்களில் மெல்லிய இரைச்சல். மரப்பெட்டியின் சத்தங்கள் எதிரொலித்து அடங்கிய சத்தம் மெதுவாக கேட்கத் துவங்க, தெளிவற்ற ஏதோவொன்று அங்கு நகர்ந்து கொண்டிருப்பதாக தோன்றியது. ஜன்னல்களில் படிந்திருந்த நூலாம்படைகள் அசையாமல் நிற்க அதன் துருப்பிடித்தசிறு கம்பிகளினூடாக வீட்டினுள் வந்துவிட்டிருந்த வெயிலின் நிழல் சாய்வடைந்து மீண்டும் இடம்பெயரத் துவங்கியது. மெதுவாக நகரத் துவங்கிய அந்நிழல் பூஞ்சை வாசத்தினூடாக இதுநாள் வரையிலும் நான் கவனித்திராத படுக்கையறையின் உள்சுவரின் ஓரத்தில் பதிக்கப்பட்டிருந்த மிகச்சிறு கதவொன்றில் சென்று வீட்டைக் கடந்தது.

சுவரோடு சுவராக கடுமையான கீறல்களோடும், கைரேகைகளோடும், விநோதமான கோடுகள் தங்களுக்குள்ளாக சந்தித்துக்கொண்ட ஒரு உருவரை தென்பட, எனது விரல்களின் தொடுகையில் அவ்வளவு காலம் இருளிலிருந்த அதன் இறுக்கங்கள் சற்றே தளர்ந்து திறந்துகொண்டன.

அக்கதவின் வெளிப்புறக் கம்பிகளில் அமர்ந்திருந்த காகங்கள் வெறித்துப் பார்த்துக்கொண்டிருந்த, தூர்ந்த நிலையில் ஏரி அழிந்து கிடந்த தொலைவில், முந்தைய இரவு கூரையிலிருந்து இறங்கிய பல்வேறான உருவங்கள், பல காலமாக பேசாத நிலைக்கு தள்ளப்பட்டுவிட்ட, சில பழைய மரங்களின் உச்சிகளில் அமர்ந்துகொண்டிருந்தன.

மருட்சியான திகிலை ஏற்படுத்தியபடி புழுதிகளினூடாக தளர்ந்த படியும், எழும்பியபடியும், பல்வேறாக அலைக்கழிந்த படியும் கூட்டமாக அங்குமிங்கும் நடமாடிக் கொண்டிருந்தவற்றை, வியர்வை வழிய, நம்பமுடியாமல் பார்த்துக்கொண்டிருக்கையில், திரளில் தனித்துத் தெரிந்த ஒரு பெண் உருவம் இதுவரை இல்லாத தீவிரத்தோடு என் பக்கமாக திரும்பியது.

பதற்றத்தின் அவசரத்தோடும், பயத்தோடும், மீண்டும் என்றுமே திறந்து விடக்கூடாத அழுத்தத்தோடும் அக்கதவை பலமாக அடைத்தேன்.

அக்கதவு அதிவேகமாக திறந்த ஒலி கேட்ட போது கிட்டத்தட்ட வாசலை அடைந்திருந்தேன்.

- இடைவெளி (2017)

4
நெற்கட்டாஞ்செவலின் ஈசல்

அன்று கடைசியாக மூன்று பேர் தப்பிச்சென்றோம். வெளிப்பிரகாரத்தின் பதினைந்தடி உயர சுவர் வழியாக நாங்கள் எல்லோருமே செல்லத்திட்டமிருந்தும் முடிவாக வெளியேறிச் சென்றது பூலி மட்டுமே. அவனின் விருப்பத்திற்கிணங்கி கோவிலைப் பார்க்கத் தனியே அழைத்து வரப்பட்டாலும், அவனது திறமைகளை அறிந்து கையில் விலங்கொன்றை பூட்டியிருந்தார்கள். படைகள் சூழ அதிகாலையில் தனியே அழைத்து வருகிறார்கள் என்ற தகவலை சிந்தாமணி தான் தெரிவித்தான். அப்பழைய பிரகாரங்களில் எதிர்பாராதவாறு மூட்டப்பட்ட தாவரப் புகையில் கண்கள் கடுமையாக எரிந்து கும்பினிகளின் பிடி சற்றே விலக கற்தூண்களின் நடுவாக அவனை மீட்டு தொழுவத்தைத் தாண்டிய பாதையின் வழியாக பிரகாரச் சுவருக்கு அவனைக் கூட்டிவந்தேன். வெயில் ஏறத் துவங்கியிருக்கும் காலைவேளை தரிசனம் பார்க்க வந்திருந்த கிராமஜனம் விலங்குகள் உடைத்தெறியப்படுவதை அதிர்ச்சியோடு பார்த்துக்கொண்டிருக்க ஒருவகையான பதற்றத்தோடே பூலி சுவரில் ஏறிச்சென்றான். புகை கலையத் துவங்கி காலடிகளின் சத்தங்கள் கேட்டு கூட்டம் கலைந்து ஓட சிந்தாமணி குளத்தில் பாய்ந்தான். பூலி தொலைவில் மறைந்திருக்க, சொர்க்கவாசலின் பக்கவாட்டுக்கதவின் வழியாக ஒற்றையடிப் பாதையில் வயலுக்குள் நுழைந்தேன். திட்டப்படி அவன் தப்பித்திருக்க வெயிலில் துரிதகதியில் காட்டுப்பாதையை நோக்கி ஓடிக்கொண்டிருந்தேன்.

செவலில் இருந்த பெரும்பாலானோர் போரில் மாட்டிக் கொண்டு அலைக்கழிப்புக்கு ஆளாகிக்கொண்டிருக்க பூலி

தப்பித்த செய்தி இரவுக்குள் அங்கு சென்று சேர்ந்துவிடும். கர்ப்பத்திலிருந்து வெளிவந்த நாள் முதலாக ஊரின் காவல்தெய்வமாக கிராமமக்கள் அவனை நடத்தி வர அவனது வாழ்வின் விதியோ வேறொன்றாக இருந்தது. புதிதுபுதிதான ஆயுதங்களோடு திசையெங்கிலுமிருந்து புறப்பட்டு வருகிற சைனியங்களோடு வருடக்கணக்கில் தனியே போரிட்டுக்கொண்டிருந்தவன், நெற்கட்டாஞ்செவலின் மாசூல் பாதிக்கப்பட்டு, ஊரில் பல்வேறு நோய்கள் பரவத் துவங்கியிருக்க, நாட்டின் எல்லா பகுதிகளுக்கும் சென்று பலரை சந்தித்துக்கொண்டிருந்தான். பல்வேறாக பிரிந்து கிளை பரவியிருந்த அவனது வாழ்வின் சிக்கலான பின்னல்களில் ஒரு கண்ணியாக நான் இருந்ததை நினைக்கையிலெல்லாம் சிந்தாமணியின் முகமே நினைவில் தோன்றும்.

பக்கத்துப் பாளையமான சிவகிரியில் கால்நடைகளையும், அறுப்புக்கு தயாராக இருந்த பயிர்களையும் காவல்காத்தவாறு மலையடிவாரத்திலிருந்த வயலருகில் சிந்தாமணி தங்கியிருந்த காலத்தில் அருகேயிருந்த மலைக்காட்டிற்கு வேட்டைக்கு வந்த கும்பினிகள் வயலை அடைந்து பயிர்களின் விளைச்சலையும் அதைத் தொடர்ந்து வரி சார்ந்த விவரங்களையும் கேள்விகளாக கேட்டுக்கொண்டிருக்க, கூட்டத்தில் அதற்கெதிராக குரல் எழுப்பி, அங்கிருந்த நூற்றுக்கணக்கான நெற்தானிய மூட்டைகளை எல்லா சைனியங்களையும் மீறி பாதுகாப்பாக ஊருக்குள் அவன் கொண்டு வந்ததை பூலி அறிந்ததுதான் அவர்களுக்குள் உருவான பழக்கத்தின் விதையாக இருந்தது. சிந்தாமணியும் நானும் ஒரே ஊரான இருமண்குளத்தைச் சேர்ந்தவர்கள். அவனது மூதாதைகள் பஞ்சம்பிழைக்க பழைய நெற்கட்டாஞ்செவலான ஆவுடையாபுரத்திலிருந்து என் ஊருக்கு பெயர்ந்து வந்திருக்க, பூலியோடு அவன் தொடர்பு கொண்ட பல காலங்கழித்தே அவனை நேரில் சந்தித்தேன். ஜில்லாவில் நெற்கட்டாஞ்செவல் எப்போதும் கிளர்ச்சியில் ஈடுபட்டு அமைதியற்று இருக்க அந்தப் பழைய ஊரை சிறுவயதிலிருந்தே பூலி தனியே காத்து வருகிறான் என்பதை அவன் சொல்லக்கேட்டு மிகுந்த ஆச்சர்யமடைந்தேன். மேலும் வாக்குவல்லமையோடு, பார்வைக்கு உயர்ந்தவனாக சங்கரநயினார் கோயிலுக்கு பூலி வந்திருக்க, ஊரெங்கும் காற்றில் அவன் நாட்டின் பல்வேறு பகுதிகளில் நிகழ்த்திய போர்கள் செய்திகளாக வந்து கொண்டிருந்தன.

நான் சற்றும் எதிர்பாராத ஒரு முற்பகலாக நெற்கட்டாஞ் செவலுக்கு சிந்தாமணி என்னை அழைத்துச் செல்கையில்,

அந்த ஊரெங்கும் எல்லா இனக்காரர்களும் சுற்றிச்சுற்றி கூட்டங்கூட்டமாக இருந்துகொண்டிருந்தார்கள். காற்றைக் கிழிக்கும் கம்புகளின் வீச்சுக்களும், கவண்கற்கள் சுற்றிச் சுழன்றபடி இருந்த வேம்பு நிறைந்த எல்லைப் பகுதிகளும், அனைவரும் சண்டை பழகி நடமாடிக்கொண்டிருந்த தெருக் களிலும், அவைகளின் நடுவாக நடந்தபடி எல்லாவற்றையும் கவனித்துக் கொண்டிருப்பதே பூலியின் பழக்கங்களில் ஒன்றாக இருந்தது. அவ்வப்போது திரள்களின் முன்பாக மெல்லிய குரலில் காவல் குறித்தும், போரில் படைகளின் தனிப்பட்ட இயக்க அசைவுகளை முன்கூட்டியே கணிக்கும் திறன் குறித்தும் அவன் பேசுகையில் எல்லா விதமான அனுபவங்களும், அனைத்து விதங்களில் அவனுக்கு ஏற்பட்டிருந்ததை அறிந்தோம்.

முற்பகலில் ஊர்முழுக்க நடந்து கோட்டையை நாங்கள் வந்தடைய கும்பினிகளை நேரில் சந்தித்து வரியை நெல்லாகவோ பணமாகவோ தர மறுத்ததைக் கூறியவன், தற்போது செவலில் சூழலின் தீவிரம் மிகக் குறைந்திருப்பதாகவும் ஆனாலும் எப்போது வேண்டுமானாலும் அந்த நிலை மாறலாம் என்றான். பகல் நீண்டு கொண்டிருக்க வௌவால்கள் அடைந்து கிடக்கும், நெற்தானிய மூட்டைகள் நூற்றுக்கணக்கில் அடுக்கி வைக்கப்பட்டிருந்த கோட்டையின் இருண்ட நிலவறையின் பதுங்குக் குழிகளில் நாங்கள் இருந்துகொண்டிருந்தோம். அங்கு குவிந்து சிதறிக்கிடந்த நெல்மணிகளை கைகளால் அளைந்தபடியே, தன் பக்கமிருக்கும் மற்ற பாளையத்தைச் சேர்ந்தவர்கள் உட்பட பல்வேறு வீரர்கள் வேறு வேறு காரணங்களுக்காக தன்னைவிட்டு விலகுவதாகவும், அணி மாறிக் கொண்டிருப்பதாகவும் அவன் சொல்லிக் கொண்டிருக்க, ஊரின் எல்லையில் கேட்ட அசாதாரணமான சலசலப்பை கேட்டு சற்றே அதிர்வடைந்தோம். மண்துகள்கள் உதிர்ந்துகொண்டேயிருந்த அந்த இருண்ட அறையின் வட்டமான துவாரத்தின் வழியாக வெளியில் பார்த்தவன், தன்னைவிட தைரியனாகவும், வீரனாகவும் விளங்குகிற ஒருவனை காட்டுவதாக எங்களிடம்சொல்ல, வெயிலின் பேரொளிகள் வயல்வெளியெங்கும் அடித்துக்கொண்டிருக்கும் ஒரு பின்மதியப்பொழுதில் தான் ஈசலை நெற்கட்டாஞ் செவலில் முதன்முதலாக சந்தித்தேன்.

ஈசலுக்கும், பூலிக்கும் உறவு உருவான விதம் வினோதமானது. நெல்வேலிக்கு அருகிலுள்ள கிராமமொன்றில் தாய் தந்தையரை

இழந்து ஊர்ஊராக தனியே அலைந்து கொண்டிருந்த ஈசல் (அவனது நிஜப்பெயர் யாரும் அறியாதது), ஒவ்வொரு ஊரிலும் முகம் தெரியாத பல்வேறு மனிதர்களால் காப்பற்றப் பட்டிருந்தான். கடைசியாக புளியங்குடி அருகிலுள்ள சந்தையொன்றிற்கு அவன் வந்து சேர்கையில், கடும்பசியில் யாரும் உணவிடாத காரணத்தில், தனியொருவனாக அச்சந்தையில் ஏற்பட்ட சண்டையில், காவலாளிகள் உட்பட்ட ஏழு பேரை சில மணிநேரங்களாக தனியாக அவன் சமாளித்துக் கொண்டிருக்க அவனது சண்டைத் திறனிலும், தைரியத்திலும் ஆச்சர்யமடைந்த அங்கிருந்த செவலைச் சேர்ந்தவர்கள் அவனை மீட்டு பூலியிடம் அழைத்துச் சென்றார்கள். கைகால்களெங்கும் ரத்தம் வழிந்தபடி அன்று பூலி முன்னால் பயமற்று நடந்து வந்தவனின் பூர்வகதையை கேட்டவன், அவனது பால்யத்தின் துயரங்களை அறிந்து, அவனை பாளையத்தில் சேர்ந்து கொள்ளுமாறு வலியுறுத்த நாளடைவில் ஊரின் திசைக்காவலர்களில் ஒருவனாகவும் பிறகு நெற்கட்டாஞ்செவலின் படையில் முக்கியமானவனாகவும் ஈசல் பணியாற்ற துவங்கினான்.

தனக்கென எந்த ஊரும் இல்லாது, எல்லா ஊர்களுக்கும் வெயில், மழையில் அலைந்து சென்று வருபவன், நாளடைவில் தென்பாண்டி நாட்டின் பல்வேறு பகுதிகளில், வெள்ளைகள் உட்பட பல பேருக்கு எதிராக நடந்த போர்களில் அதன் முடிவுகள் பூலியின் பக்கமாக வருவதற்கு காரணமாக இருந்தான் என்பதையும், அபாரமான நினைவாற்றலோடு நெல்வேலி நகரத்தில் நூற்றுக்கணக்கில் வெள்ளைகள் முகாமிட்டிருந்த ராணுவப் பகுதியொன்றில் தனியொருவனாகச் சென்று அங்கு இருந்த துப்பாக்கிகளையும், மற்ற ஆயுதங்களையும் கைப்பற்றி முகாமை பெரும்பகுதி அழித்துக் கலைத்தான் என்பதையும் அன்று அறிந்தேன். உடலெங்கும் புழுதிமண் படிந்து, ஆறியும் ஆறாத காயங்களோடும், ரத்தநிற விழிகளோடும் பல கல் தொலைவுகளை அதிவேகத்தில் நாளின் பகலிற்குள் பெருங்காடுகள் சூழ்ந்த மலையை உச்சி வரை ஓடியே பலமுறை சுற்றுபவன் கடப்பவன், பின்பு ஒருநாளாக பாளையத்தைக் கடந்து இருமண்குளத்தை நோக்கி வந்துகொண்டிருப்பதாக செய்தி வந்து சேர்ந்தது. ஊரை இருள்சூழ ஆரம்பித்த பின்மாலையில் தனியே வந்து சேர்ந்தவன், அங்கு நிலவிய அடர்ந்த இருளை பார்த்தபடி சிறுவயதில்தான் நடந்து கடந்து சென்ற ஊரென்றும், அதன் ஒவ்வொரு பாறையாக,

மரமாக நினைவில் இருப்பதாகவும் கூறிக்கொண்டிருந்தான். பாளையத்தின் நிலையை விவரித்தபடி அன்று இரவில் உடன் தங்கியிருந்தவன், தன் சிறுவயதின் தனிமையில் ஊர்ஊராக உணவு தேடிய கதைகளை வினோதங்கலந்து சொல்கையில் சிந்தாமணி உட்பட அங்கிருந்த அனைவருமே கடும் மனவெழுச்சி அடைந்தோம். எல்லோரும் உறங்கிய பின்னிரவின் நிலவொளியில் எப்போதும் தனித்து விடப்பட்ட ஒருவனாகவே உணர்வதாகவும், பூலியிடம் இருக்கையில் அது நீங்குவதாகவும் கூறியவன், அன்று உறங்கச் செல்கையில், தற்போது மேற்குமலையில் வீரர்கள் பலர் முகாமிட்டு கூடியிருப்பதாகவும், இரவிலும் கூட ஒளிரும் மலர்கள் நிரம்பிய அதிசயமான குளங்களும், மிகப்பழைய சுனைகளும் நிறைந்த அங்கேயேதான் மறுநாள் செல்லவிருப்பதாகவும் கூறினான்.

மாதங்கள் கடந்து வரி சார்ந்த அடாவடிகளுக்கும், சூழ்ச்சிகளுக்கும் ஆட்பட்டு பாளையம் கொந்தளிப்பான நிலைக்கு மாறியபோதும் ஈசல் மட்டுமே எங்களைதொடர்பு கொள்ள துவங்கினான். பூலி ஊரில் இல்லாவிடினும் அவன் வந்துசேர்வான் என்ற நம்பிக்கையால் மட்டுமே மிஞ்சியிருக்கிற கம்புக்காரர்கள் உட்பட அனைவரும் தைரியமாக இருப்பதாக தெரிவித்தவன், சில இரவுகள் எங்களுடன் தங்குகையில் செவலில் எப்போது வேண்டுமானாலும் போர் மூளலாம் என்றான். சிந்தாமணிக்கு படையில் ஈசலோடும், பூலியோடும் சேர்ந்து சண்டையிட வேண்டும் என்ற ஆசை உள்ளூர உண்டு. இளம்வயதில் சுற்றியுள்ள தளவாடங்கள் இருக்கும் பகுதிகளுக்கு சென்று பயிற்சிகள் எடுத்திருப்பதாகவும், அவர்களோடு சேர்ந்து போரில் உதவிபுரிய விருப்பமிருப்பதாகவும், ஒரு இரவில் அவன் ஈசலிடம் தெரிவிக்க, அவனை படையில் சேர்க்க மறுத்தே வந்தனர். பலகாலமாக நடந்து கொண்டிருக்கிற சண்டைகளில் ஏற்கனவே பலர் உயிரிழந்திருக்க, சிந்தாமணியை படையில் சேர்க்க தனக்கு எண்ணமிருக்கவில்லை என பூலி கூறியதாக ஈசல் தெரிவித்த நாளிலிருந்து எல்லாமே மாறத்துவங்கியது. செவலில் மிஞ்சியவர்களில் பலர் பொருள் தேவை மற்றும் வலுக்கட்டாயத்தால் தொடர்ந்து அணி மாறியும், போரிலிருந்து விலகியும்கொண்டிருக்க, செவல் குறித்த ரகசியத் தகவல்கள் தொடர்ந்து என்னிடம் மட்டுமே தெரிவிக்கப்பட்டதில் மனவீழ்ச்சிக்கு ஆளாகிய சிந்தாமணி தனிமையடைந்து எல்லோருடனான உறவிலிருந்தும் மெதுவாக விலகத் துவங்கினான்.

ஒரு கட்டத்தில் செவலிலிருந்து வருகிற தகவல்கள் அனைத்தும் நிறுத்தப்பட்டு, நிலைமை கடும் தீவிரமடைந்திருக்க, பல காலங்களுக்கு பிறகான ஒரு மழைநாளில் நாங்கள் அனைவரும் மீண்டும் ஒன்றாக சந்தித்தோம். கோட்டை வெள்ளைகளால் தாக்கப்பட்டு, கைப்பற்றப்பட்டு பின் மீட்கப்பட்டு சில நாட்களே கழிந்திருக்க, அழிந்த கோட்டையின் பின்புறத்தில் இருந்த ஒரு பழைய தோட்டத்தில் பூலி பார்க்க விரும்புகிறானென்ற தகவல் ரகசியமாக எங்களை வந்தடைந்தது. குண்டுகள் துளைத்து விரிசல் விட்டிருந்த பழைய கற்சுவற்றிற்கு அருகே செடிகள் நிறைந்த பாதையில் நாங்கள் காத்திருக்க, மண்ணில் வழிந்து கொண்டிருந்த ஊற்று நீரில் செடிகளின் இலைகள் காற்றில் அசைந்து கொண்டிருக்க, அலைவுறும் பிம்பங்களுக்கு நடுவாக நகரும் ஒரு நிழல்போல பூலி வந்தடைந்த ஒளிகுறைந்த அந்த மாலை வேளையை என்னால் மறக்க இயலாது. அவனது முகம் பொலிவை இழந்திருந்தும் ஒளி இழக்காதிருந்தது. பேச்சினூடான கையசைப்பில், உடலசைவில் அவன் மிக பலவீனமடைந்திருப்பதாகவே உணர்ந்தேன். கோட்டை மட்டுமே தற்போது ஒரே பலமாக இருப்பதாகவும், தகவல்களை அனுப்ப முடியாத நிலையில் செவல் இருப்பதாகவும் அவன் தெரிவிக்க இறுதியாக ஈசலைக் குறித்து கேட்டோம். முகம் மாறியவன் சில மாதங்களுக்கு முன்பாக வாசுதேவநல்லூருக்கே அருகே நடந்த போரொன்றில் அவன் இறந்து விட்டதாகவும், போர் நடந்த மலைக்கப்பாலான நிலத்தில் எங்கு தேடியும் அவனது உடல் கிடைக்கவில்லையென்றும், அருகிலிருந்த மலைக்குள் அந்தி சாயும் வேளை அவன் தப்பித்ததை தான் பார்த்ததாக படைவீரன் ஒருவன் தெரிவித்ததாகவும் கூறினான். காலத்தின் மாற்றத்தில் வேறு வேறு கடமைகளும், குழப்பமான பாதைகளும் தோன்றியிருப்பதாகவும், திசைகளெங்கும் புதியபுதிய எதிரிகள் தொடர்ச்சியாக உருவாகிக்கொண்டே இருப்பதாகவும் கூறியவன், பழகிய இடங்களுக்கு வந்து செல்வது காரணமற்ற நம்பிக்கையை அளிக்கிறதெனவும், பழைய ஞாபகங்கள் ஒரு மனிதனுக்கு பல மடங்கு சக்தி அளித்து உயிர்ப்புடன் வைத்திருக்கும் என தான் நம்புவதாகவும் கூறினான். மிகக்குறைந்த நாழிகையே நீடித்த அச்சந்திப்பில் தான் அவனை நான் கடைசியாக பார்த்தது. அதன் பிறகு செவல் குறித்த செய்திகளை பல்வேறு இடங்களிலிருந்தே கேட்டு வந்தோம். வாழ்வின் சுழற்சிகள் எங்கள் இருவரையுமே இழுத்துக்கொள்ள, ஈசலின் முகம் கனவுகளில் தோன்றி மறைந்தது. செவலில் இருந்த நாட்களும், அதன் பாதைகளின் வளைவுகளும் நினைவிலிருந்து அகன்று கொண்டிருக்க

கும்பினிகளின் ஆக்கிரமிப்பில் காலம் வேகமாக நகர்ந்து கொண்டிருந்தது.

சில காலங்களில் போருக்கு அணி திரட்டவும், படைக்கு உதவிகள் கேட்டும் மேற்கொண்ட அலைச்சல்களுக்கிடையே சூழ்ச்சிகளின் வலைகளில் சிக்கி, வடக்கில் கைது செய்யப்பட்டு பாளையங்கோட்டைக்கு அனுப்பப்படும் முன்னால்பூலி சங்கரநயினார்கோவிலுக்கு கொண்டு வரப்படுகிறான் என்பதை சிந்தாமணி நள்ளிரவில் வந்து தெரிவித்தான். பாளையத்தின் எல்லையில் அவர்கள் மையமிட்டிருக்கையில் முகம் தெரியாத யாரோ ஒருவன் எதிர்பாராமல் வந்து செய்த ஆக்ரோஷமான கலகத்தில் சைனியங்களுக்கு கடும் ரத்தக் காயங்களும், இழப்புகளும் ஏற்பட்டிருக்க, சில காலங்களிலேயே பூலியை வெள்ளைகள் கைது செய்ததாகவும், யாருக்கும் தெரியாமல் வீரர்கள் சிலரே மிஞ்சியிருக்கும் செவலில் அவ்வப்போது சந்தித்து தகவல்களை கேட்டு வருவதாகவும் கூறியவன், மனதின் சமநிலை குலைந்த ஆழ்ந்த பதற்றத்தில் தன் வாழ்வின்புதிர் கலைந்து போய்விட்டதென என்றோ நினைத்து விட்டதாகவும் இப்போது அப்படியில்லை என்று தனக்குத் தோன்றுவதாகவும் கூறினான்.

அன்று எதிர்பாராமல் எங்கள் முன்னால் தோன்றிய புகைமூட்டத்தினூடாக நாங்கள் கோவிலைவிட்டு வெளியேறிச் செல்ல எல்லாவற்றையும் நினைத்தபடியே வயல்பாதையில் தனியே ஓடிக்கொண்டிருந்தேன். துப்பாக்கிச் சத்தங்கள் கேட்டுக்கொண்டே இருக்க பகலின் வெளிச்சம் நீண்டு, தழைத்து வளர்ந்த செடிகளை கடந்து ஓடிக்கொண்டிருக்கையில் பூலியின் முகம் தொடர்ச்சியாக நினைவில் வந்துகொண்டேயிருந்தது. சற்றே மூப்படையத் துவங்கியிருந்த எங்கள் முகங்களை கண்டுகொண்டவனாக அவனது கண்கள் ஆச்சர்யத்தில் மின்னிக்கொண்டிருந்தன.

2

அப்பகலின் தொடர்ச்சியான ஓட்டத்தில் வயல்காடுகள் வெகுவிரைவிலேயே பாதையற்ற பாதைகளில் போய்ச் சேர்ந்தன. கண் எதிரே விரிவு கொண்ட மாபெரும் நிலங்களில் ஒற்றையடியாக பாதைகள் வளைந்து செல்ல, பனைமரங்கள் அடர்ந்த காட்டுப்பகுதியை வந்தடைந்தேன். அப்பழைய

மரங்களை கடந்தபோது ஒவ்வொரு கல் தொலைவிலும் நரியொன்று என்னைக் கடந்து சென்றது. மண்பாதைகள் கரிசலும், செவலுமாக பிரிந்து செல்ல பாம்புகளும், தெண்டில்களும் குறுக்காக கடந்தோடும் அகண்டதொரு முட்காட்டை கடந்த பின்னால் தொலைவில் மலைதெரியும் பாளம்பாளமாக வெடித்திருந்த வறண்ட நிலங்களை வந்தடைந்தேன். பகல் கொஞ்சம் கொஞ்சமாக சரிந்து தான்தோன்றியாக வளைந்து சென்ற எல்லாப் பாதைகளும் அம்மலையை நோக்கிச் செல்ல மயில்களின் ஏங்கல்களை கேட்டவாறு மறைந்துகொண்டிருக்கும் சூரியனின் திசையை நோக்கிச்சென்று கொண்டிருந்தேன்.

துப்பாக்கிச் சத்தங்களின் எதிரொலிகள் இன்னும் கேட்டுக் கொண்டிருப்பது போல கடந்து வந்த ஊர்கள் அனைத்தும் தங்களுக்குள்ளாக ஒடுங்கி விட்டிருந்தன. வினோதமானதொரு வெளுப்பில் வானம் கடந்துகொண்டிருக்க, மண்பாதைகள் வெயிலில் நிறம் மாறிக்கொண்டிருந்தன. நேரம் செல்லச் செல்ல பொழுது கடினமாகத் துவங்கி எந்த அடியையும் எளிதில் முன்வைக்க முடியாததாக இருள் எல்லா இடங்களிலும் மெதுவாக பரவத் துவங்கியது. தொலைவில் மரங்கள் ஒவ்வொன்றாக மறைந்து இருளுக்குள்ளாக சென்றுகொண்டிருந்தன. பாதைகள் குளிரில் உறைந்திருக்க, செடிகளின் சலசலப்புகளுக்கிடையே சருகிலைகளின் மீது யாரோ ஒருவனின் காலடிச்சத்தங்கள் தடுமாற்றங்களோடு கேட்டுக்கொண்டிருந்தன. நிதானிக்கையில் அச்சத்தங்கள் இருளினூடாக ஒருவன் மெதுமெதுவாக முன்னேறிச் சென்று கொண்டிருப்பதை தெரிவிக்க, எனது நடையின் வேகத்தை அதிகப்படுத்தினேன்.

நட்சத்திரங்களின் ஒளியில் புரண்டுபடுத்த ஒரு பெரிய விலங்கைப்போல மலையின் வடிவம் மாபெரும் நிழலாக தென்பட தொலைவான காடுகளிலிருந்து கேட்ட பட்சிகளின் ஒலிகளினூடாக அக்காலடிகளின் சத்தங்கள் தொடர்ந்து கேட்டுக்கொண்டேயிருந்தன. கற்களால் அடுக்கி வைக்கப்பட்ட எல்லை போன்றதொரு பாதையைக் கடந்து வெகுதூரம் நடந்தேன்.

மையிருளில் உள்ளடங்கி தனக்குள்ளாக அமிழ்ந்தவாறு மலை அருகில் பிரமாண்டமாக இருந்துகொண்டிருந்தது. கடுமணல் மேவிய அடிவாரத்தில், மிகக் குறைந்த ஒளியில் சுனையொன்று தான் இருப்பதன் அடையாளமாக நீரை

அசைத்துக்கொண்டிருக்க, அருகில் செடிகள் காற்றில் அலைவு கொண்டிருந்தன. சுனை தெளிந்த நீராகத் தென்பட தாகத்தில் கையளவு நீரைப்பருகினேன்.

அடிவாரசமக்குலைவில் திசைகள் தெளிவாக புலப்படா திருந்தன. அக்காலடிச் சத்தங்கள் மறைந்து விட்டிருக்க ஒற்றையடியாக பாதைகள் மலையின் எல்லாப் பக்கங்களிலும் உள்ளார்ந்து துவங்கியிருந்தன. குளிரில் மலை உறைந்திருக்க, மெல்லிய ஒளியில் மரங்கள் அனைத்தும் என்னை கவனித்துக்கொண்டிருந்தன. கால்கள் இருப்பதே அறியாமல் வெகுநேரமாக நடந்துகொண்டிருந்தேன்.

வெளியெங்கும் நிலவிய இருள் உட்புக முடியாததாக இருக்க சிலகணங்களில் தனித்த ஒலியெழுப்பியவாறு மிகச்சிறிய பூச்சியொன்று என் முகத்தில் வந்து அமர்ந்தது. தயங்கி நான் நின்ற வேளை சுனையை நோக்கி இருளினூடாக பறந்து சென்றது, மீண்டும் என்னை நெருங்க விலகி நடந்தேன். சில அடிகளே அப்போது நான் எடுத்து வைத்திருக்க, இருளிலிருந்து கூட்டமாக, படைபடையாக வெளிவந்த அப்பூச்சிகள் என்னைச் சூழ்ந்து, உடலெங்கும் படர்ந்து பற்றிக் கொள்ளத் துவங்கின. அவற்றின் பிடிகள் இறுகிக்கொண்டே செல்ல, கணத்திற்கு கணம் அதன் எண்ணிக்கைகள் அசாதாரணமாக அதிகரித்துக்கொண்டே சென்றன.

திரும்பிப்பார்க்கையில் மலையில், சுனையின் உயரத்தில் தான்தோன்றியாக ஏதோவொரு ஒளி மிகமெலிதாக வெளிப்பட்டுக்கொண்டிருந்தது. இலேசான ஆனால் அடர்த்தியான சுடர் பரவாமல், திசைமாறாமல் ஒரே இடத்தில் நின்று எரிவதைப்போல அந்த வைரஒளி அவ்விடத்தில் தொடர்ச்சியாக நீடித்துக்கொண்டிருக்க, நிலவிய குழப்பங்களினிடையே ஒளிச்சலனங்களினூடாக மனித உருவம் ஒன்று மரங்களின் இடைவெளிகளில் நின்று கொண்டிருந்தது. அதன் உருவரைகள் காற்றில் கலைந்தவாறு தெரிய, அவ்வொளியோ சுனையின் நடுவிலிருந்தாக வந்து கொண்டிருந்தது. உடலெங்கும் பரவிய மயக்க நிலையில் எத்திசையிலும் இருளாகவே தெரிந்துகொண்டிருக்க, நிழலசைவுகளுக்கிடையே அவன் என்னை நோக்கி வந்து கொண்டிருப்பதாக உணர்ந்தேன். அவனது காலடிச் சத்தங்கள் உரத்து அருகில் கேட்கத் துவங்க, விழிப்புநிலை முழுதாக என்னைவிட்டு அகலும் முன்பாக, அரை மயக்கத்தில், பார்வை அலைபாய்ந்து கடைசியாக அதைப்பார்த்தேன்.

வட்டவடிவமாக, அடுக்கடுக்காய், பச்சைப்பசேலென ஒளிரும் இதழ்களும், அதிமஞ்சளான தண்டின் மீது படிந்திருந்த தங்க வண்ணமும், கயிறு போல அச்சுனையின் ஆழத்தில் வளைந்து வளைந்து எல்லாவிடத்திலும் பரவியிருந்த நீண்ட தண்டின் மீது ஒற்றையாக பூத்திருந்ததுமான அம்மலர் அவ்விரவின் இருட்டில் அசையாமல் தலை கவிழ்ந்திருந்தது. அதன் பிரகாசங்கள் அதிகரித்தும், குறைந்துகொண்டும் செல்ல மலையோடு ஒட்டிய நிலமும் வெளிறிய வெளிச்சத்தில் ஒளிர்ந்துகொண்டிருந்தது.

3

பல காலங்களாக பழக்கப்பட்ட, பல ஊர்முகங்களினூடாக கோவிலின் பிரகார நிழல்களில் நாங்கள் வேகவேகமாக முன்னேறிக்கொண்டிருந்த அந்த நாளின் நிகழ்வுகள் ஒரு கனவைப்போல தோன்றிக்கொண்டிருக்க, மிகப்பெரியதொரு மரத்தினருகில் முழுக்க சாணத்தால் மெழுகபட்டதொரு குடிசையில் தனியே படுத்திருந்தேன். உடலில் ஆங்காங்கே வீக்கங்கள் தோன்றியிருக்க உடைமரங்கள், முட்செடிகள் சூழ்ந்த நிசப்தமான அச்சூழல் திகைப்பை ஏற்படுத்தியது. நான் பார்வையை அலையவிட்டபடி இருக்க, அவன் மறுபக்கமாக குனிந்த நிலையில், முகம் திரும்பி நின்றுகொண்டிருந்தான். நான் உடலை அசைக்கையில் திடுக்கிட்டு திரும்பியவன், பதற்றமாக அங்கிருந்து விலகுவதற்கு முன்பாக அவன் முகத்தை ஒரு கணம் பார்த்தேன். பல்வேறு விதமான கோடுகளோடும், சிதைந்து ஆறி உலர்ந்துபோன காயங்களோடும் காட்சியளித்தது. அருகிலிருந்த வெளிறிய துணியொன்றை கையில் பற்றிக் கொண்டவன், சில கணங்களில் அங்கிருந்து நடந்து மறைகையில் அவனது கால்கள் சமநிலையற்று இருந்தன. அவன் உடலெங்கும் பச்சைநிறக் கோடுகள் வரையப்பட்டிருந்தன.

அன்றைய பகலில் அக்குடிசையைச் சூழ்ந்த புகை, கோவிலில் தொழுவினருகில் பதற்றத்தோடு நாங்கள் தனியே எதிர்பார்த்து காத்துக்கொண்டிருந்த கணங்களை நினைவுக்கு கொண்டுவந்தது. துப்பாக்கிச் சத்தங்களின் எதிரொலிகள் கனவிலும் ஒலித்தபடி இருக்க, பின்மாலையில் என்னை நெருங்கியவனிடம் உடலின் கொதிப்பு நிலையில் கோவிலிலிருந்து நாங்கள் தப்பித்ததைக்

கூறினேன். எல்லாவற்றையும் கேட்டபடி மௌனமாகவே இருந்தவன், இறுதியில் செவலில் இருந்த படைவீரன் தான் என்று கூறினான். பூலி தப்பித்த செய்தியை உடனடியாக நான் சொன்னபோது அவன் முகத்தில் எவ்வித ஆச்சர்யமும் தென்படவில்லை.

அன்றைய நள்ளிரவில் எதிர்பாராததவொரு தற்செயல் போல இருவருமே விழித்துக் கொண்டோம். செவலின் தற்போதைய நிலை குறித்தும், அதன் தீவிரங்கள் குறித்தும் கேட்டபடி, குளிரில், சில நிமிடங்கள் நான் எதுவும் பேசாமல் இருக்க, எளிதில் நினைவு கூற முடியாத குரலில், இருளில் அவன் பேசத் துவங்கினான்:

“பகலில் பூலி இல்லாத ஊர் மேல் அலைந்து கொண்டிருந்த இருள்மேகங்கள் வெளி உணரமுடியாத அபாயங்களை அறிவித்துக்கொண்டிருந்தன. காற்றில் விட்டுவிட்டு கேட்டுக் கொண்டிருந்த அதிஒலிகள் இதுவரை இல்லாத படையோடு அவர்கள் எங்களை நோக்கி திரண்டு வந்துகொண்டிருப்பதாக உணரச் செய்தது. நிலவறைகளில் அதன் அதிர்வை உணர்ந்தபடி கோட்டையை பாதுகாத்தவாறு கூட்டங்கூட்டமாக கண்மாய் வரை சிதறுண்டு காத்திருந்தோம். மிகநீண்டதொரு இரவைக் கடந்த அதிகாலையில் காலடிகள் தடதடக்கிற சத்தங்கள் எல்லைகளில் இதுவரை இல்லாத அளவில் கேட்கத் துவங்கியது. மாபெரும் எண்ணிக்கையில் படைபடையாக அவர்கள் திரண்டு வந்திருக்க, இரண்டு சிறுபொழுதுகள் கடந்து, மலையருகே இருந்த பாழ்நிலத்தில், திக்கெங்கிலுமிருந்து நாங்கள் திரண்டு வந்து சேர்ந்த மதியவேளை வெளியெங்கும் வெயில் ஏறத் துவங்கியிருந்தது.

உடலெங்கும் ஈரமணலை பூசியபடி நாங்கள் கோட்டையிலிருந்து வெளியேறி களத்தில் திரண்டிருக்க, தோளில் கயிறுகளை கட்டியபடி ஈசல் எதிர்பாராமல் முன்வரிசையில் நின்று கொண்டிருந்தார். வைக்கோல் பிரிகளில் கட்டி வைத்திருந்த வளரிக் கம்புகளோடும், ஆயுதங்களோடும் அணி அணியாக நாங்கள் எல்லோரும் பிரிந்து முன்னேறத் துவங்க அன்று நான் பார்த்தவைகள் அனைத்தும் மறக்கமுடியாத வகையில் என் நினைவெங்கும் படிந்திருக்கின்றன. குதிரைத் தலைகளும், துப்பாக்கி ரவைக் குண்டுகளும், வீசப்பட்ட கயிறு காற்றில் எழுப்பிய சப்தங்களும், சிதறிய உடல் பாகங்களும், தெறித்த ரத்தத் துளிகளும், கூர்தீட்டப்பட்ட கம்புகளின் முனைகளில் ஒட்டிக்கிடந்த எங்கள் விலங்கின் முடிகளும், மலையில்

எதிரொலிக்கும் ஆர்பரிப்புகளுமென அப்பகல் ரத்தமும், கூக்குரலுமாக வடிந்து கொண்டிருந்தது.

எற்பாட்டில் அந்தப் பேய் வாயிலிருந்து வந்த மாபெரும் குண்டு அதிர்வோடு எங்கள் படையை சிதைத்தழிக்க நானும், ஈசலும் இன்னும் சில வீரர்களும் கடுமையான காயங்களோடு, ஆபத்தான நிலையில் இந்த மலையை நோக்கி வந்துகொண்டிருந்தோம். எல்லா இடங்களிலும் சுற்றி வளைக்கப்பட்டு ரத்தம் வழிகிற கைகால்களோடு, உடல்களை இழுத்தபடி அடிவாரத்தை அடைந்து அங்கிருந்த சுனையருகில் அரைஉயிராக வெகுநேரமாக காத்திருந்தோம். சில நிமிடங்களில் மலைகளில் வழக்கமாக பரவுகிற நெருப்பு தான் பரவியதோ என நினைத்தோம். அங்கு வெளிப்பட்ட ஒளியானது அவ்வளவு அசாதாரணமானதாகத் தெரிந்து கொண்டிருந்தது. வெகுதூரத்திலிருந்த போர் நிலத்திலிருந்து அதைப் பார்த்தவர்கள் ஒருகணம் அதிர்ந்து பின்வாங்கி தொலைவில் நின்றபடி கைகளை மலையை நோக்கிஅவர்கள் எதையோ பேசிக்கொண்டிருப்பதை உயிர்வற்று கவனித்துக் கொண்டிருந்தோம். அன்று அனைவருமே மலையை ஒட்டிய உள்ளார்ந்த பாதையில் பதற்றத்தோடு நுழைந்தோம். நரிகளும், பாம்புகளும், பூச்சிகளும் கடந்து சென்றுகொண்டே இருந்த அந்த இரவில், வாள்களின் மென்ஒளியை வைத்து பாதையின் போக்கை கண்டுணர்ந்தபடி கடைசியாக தொன்முதுகுடி என்ற இந்த ஊருக்கு வந்து சேர்ந்தோம். இந்த ஊரின் மக்கள் எங்களை காப்பாற்றி தாங்கள் எந்தப் பாளையங்களோடும் சேராமல் இந்த மலையின் பின்னால் கூட்டமாக தனியே வாழ்ந்து வருவதாக கூறினார்கள்.

அன்று பாறையில் படுத்தபடி ஈசல் அதிகமான எதிர்ப்புணர்வை மிகுந்த உணர்வெழுச்சியோடு வெளிப்படுத்திக் கொண்டிருந்தார். செவலில் உள்ளவர்களுக்கு கடும் சேதங்கள் ஏற்பட்டிருக்க, சரியான வாய்ப்பு அமைகையில் எல்லோரும் ஒன்று திரண்டு தாக்குவதாகவும் முடிவு செய்யப்பட்டது. உடலெங்கும் வெட்டுக் காயங்களோடு, காலில் பிளவுபட்டிருந்த ரத்தம் சொட்டும் மூன்று விரல்களை இழந்திருந்ததை பார்த்தபடி அவர் உரக்க பேசிக்கொண்டிருப்பதை கவனித்துக் கொண்டிருந்தேன். நாட்கள் கடந்தும் மலையைத் தாண்டி அவர்கள் வரக்கூடுமென்ற தகவல்கள் வந்துகொண்டிருக்க திசைக் காவலனாக இரவுகளிலும், பகல்களிலும் ஈசலோடு இருந்து கொண்டிருந்தேன். உடல் சிதைந்த நிலையில், காவலில் மரங்களினடியில் அவர் பேசியவைகளை மலை கேட்டுக்

கொண்டிருக்க, எந்த நேரமும் விவரிக்கவியலாத, எதையுமே செய்ய இயலாத நிலைக்கு ஆளாகிவிட்டதை ஆழ்ந்த சஞ்சலம் அடங்கிய குரலில் கூறிக்கொண்டிருந்தார்.

பல நாட்கள் தூரமான நிலங்களில் சென்று மறைந்து பின்னிரவு கழிந்தே மலைக்கு திரும்பத் துவங்கியவரின் மற்றவர்களுடனான பேச்சுகளும் குறைந்து கொண்டே சென்றன. ஒரு அதிகாலையில் மலையை விட்டு நீங்கியவர், பொழுது கடந்தும் திரும்பாதிருக்க, ஒவ்வொருவராக தயக்கத்தோடு அவரை தேடிச்சென்று ஏமாற்றத்தோடு திரும்பிக்கொண்டிருந்தோம்.

இரண்டுநாட்கள் கடந்து ஒரு மங்கிய ஏற்பாட்டில் சுனைக்கு சற்று அருகிலிருந்த நிலத்தில் அவர் விழுந்து கிடந்ததை நம்பமுடியாமல் பார்த்துக்கொண்டிருந்தேன். அவரது கைகள் அச்சுனையை நோக்கிக் கிடக்க உடலின் எல்லாவிடங்களிலும் ஆங்காங்கே ரத்தம் வழிந்துகொண்டிருந்தது. அவர் முகம் கலக்கமடைந்திருக்க கண்கள் நிலை குத்தியிருந்தன.சற்று முன்பே அவர் இறந்திருக்க வேண்டும்.

தொலைவில் கேட்ட துப்பாக்கிச் சத்தங்களின் எதிரொலிகள் நெருங்கி கேட்கத் துவங்க அதிர்ச்சியோடும், நடுக்கத்தோடும் அவரை தூக்கிச்சென்ற அந்த இரவு கடந்து இன்று எத்தனையோ காலங்கள் நகர்ந்து விட்டதெனினும், அன்று முதலாக ஒவ்வொரு நாளின் இரவிலும், காலையிலும் உள்ளுணர்விற்கு அப்பாலான ஏதோவொரு எச்சரிக்கை உணர்வோடுதான், ஏதேதோ அறிகுறிகளை எதிர்பார்த்தபடி எனது நாட்களை இங்கு கழித்துக்கொண்டிருக்கிறேன்.

மலைக்கு நான் திரும்பிக்கொண்டிருந்த நேற்றைய இரவில், உன்னை மீட்கையில், இன்று போலத்தோன்றும் அந்த இரவு மீண்டும் என் நினைவுக்கு வந்து விட்டது. உனது முகச்சாயலை பார்க்கையில், ஈசலுடனான அந்தநாட்கள் நினைவிலிருந்து எழுந்து வருகின்றன."

4

வெளியில் எந்த நேரமும் வெள்ளைகள் குறுக்கிடலாமென்கிற நிலையில், இன்னும் சில நாட்கள் அங்கேயே இருக்க விரும்பியவர்களிடம் விடைபெறும் வேளை வெகுவாக தயங்கினேன். அடிவாரத்திற்கு வருகையில் அம்மலையில்

அடிக்கடி நெருப்பு தோன்றுவதையும், அதற்கான காரணங்களாக பலவற்றை தொலைவிலுள்ள ஊர்களில் எல்லோரும் பேசிக்கொள்வதையும், இறுதியில் அதை ஊர் மக்கள் வழிபடுகிறார்கள் என்றும், அதைப் பூச்சிகள் காக்கின்றன என்றும் கூறினான்.

மலையில் சுற்றிக்கொண்டிருந்த காற்றின் ஒலி கேட்டுக் கொண்டிருக்க வெயிலெரியும் பகல்வேளை மெதுவாக அங்கிருந்து நடக்கத் துவங்கினேன். அடிவாரத்திலிருந்து கொஞ்சம் கொஞ்சமாக நான் விலக, அவன் என்னைப் பார்த்தபடி, பின் வேகமாக மலையினுள்ளாக சென்று கொண்டிருந்தான்.

திகைப்போடும், மலைப்போடும், சுதாரிப்புகள் எதுவும் இன்னும் வந்து பற்றிக்கொள்ளாத ஒருவித கலங்கலான மனநிலையிலும் பாறைவெளிகளில் நடந்து கொண்டிருந்தேன். தொலைவில் கால்நடைகள் மேய்ந்துகொண்டிருக்க திசைகள் புலப்படத்துவங்கின.

வெளிர்மேகங்கள் கடந்தபடி இருக்க, ஊமை வெயிலினூடாக வெகுதூரம் கடந்த பிறகாக, குதிரைகளின் குளம்படிச் சப்தங்கள் மெதுமெதுவாக அந்த நிலவெளியெங்கும் அதிர்வோடு கேட்கத் துவங்கியது.

கால்நடைகள் அனைத்தும் சிதறி ஓட, துப்பாக்கிச்சத்தங்களின் எதிரொலிகள் மலையிருந்த திசையின் தொலைவில் இடைவெளிகள் விட்டு உரத்து கேட்கத் துவங்கின.

அதிகம் உருமாற்றமடைந்திருக்காத அவனது சிதைந்த முகத்தையும், உடல் அசைவுகளையும் நினைக்கையில், கையில் விலங்கோடு பூலி எங்கள் அருகில் பிரகாரத்தில் அழைத்துச் செல்லப்பட்டதும், நாங்கள் தயாராக நின்றுகொண்டிருக்க, எதிர்பாராமல் அங்கு பரவத் துவங்கிய புகையில், எங்களைக் கடந்து ஓடிய ஒருவனின் முகமும், நிழலுருவமும் வந்து கொண்டிருந்தது.

சற்று நேரத்திலெல்லாம் திசை கலைந்து மீண்டும் நான் ஓடத் துவங்கினேன்.

- கல்குதிரை (2018)

5

கோமதி சருக்கம்

காட்டில், அவன் நிர்மாணித்திருந்த இடத்தில், அனைத்துத் தடைகளையும் மீறி, குறித்த காலத்திலேயே வேலைகள் துவங்கி, அஸ்திவாரத்திலிருந்து கட்டுமானம் ஒரு நிலை உயர்ந்திருப்பதை பார்த்த பிறகாக, அவன் மட்டுமாக ஊர் திரும்பிக் கொண்டிருக்கையில், நள்ளிரவு நெருங்கிக் கொண்டிருந்தது. சில நிமிடங்களில் கோட்டையை அடைந்து விடலாம் என அகாலத்தில் வண்டிக்காரன் கூறவும், புன்னை மரத்தைத் தாண்டிய கரட்டுப்பாதையில் மண் அதிர்வடைந்து, சக்கரங்கள் தடுமாறி, பள்ளத்தில் சரிந்து இறங்கியதைப்போல வண்டி ஆட்டம்கண்டு நின்றிருக்க, அவன் இறங்கிப் பார்க்கையில் அவர்களைப் பின்தொடர்ந்து வந்திருக்க வேண்டிய வண்டிகள் அனைத்தும் தடம் தெரியாமல் இருந்தன. அந்த மங்கிய இருள் வேளையிலும் இரண்டு பாம்புகள் சிறியதும் பெரியதுமாக முள்மரங்களுக்கு இடைப்பட்ட பாதையைக் கடந்து சென்று கொண்டிருக்க, அவ்விரவில், அக்காட்டில் சில காலங்களுக்கு முன்பாக தனக்கு நிகழ்ந்தவற்றையெல்லாம் தெய்வ சங்கல்பமாக மீண்டுமொரு முறை நினைத்துக் கொண்டான். வழக்கத்திற்கு மாறாக தாமதமாக ஊரை அவன் சென்றடைந்தும், மற்ற வண்டிகள் வந்து சேராதிருந்தன. அவற்றில் தொலைவான ஊர்களிலிருந்து வந்திருந்த ஸ்தபதிகள், தச்சர்கள், சிற்பிகள், மறைநூல் வழிகளையும், ஆகம முறைகளையும் அறிந்தவர்கள் என இருந்த எவரும் வந்து சேராதிருந்தார்கள். கோட்டையில், எல்லோரும் உடல் நலமற்று ஆழ்ந்து உறங்கிக்கொண்டிருக்க, கிழக்கும் மேற்குமாக நடந்து கொண்டிருந்தவன், எல்லோரும்

வந்து சேர்ந்த பிறகாக, தன்னிடம் தெரிவிக்குமாறு காவலனிடம் கூறிவிட்டு உறங்கச் சென்றான்.

அந்த இரவில் உக்கிரபாண்டியப் பெருவழுதியின் கனவில் அவன் புனைந்து வைத்திருந்த நகரிற்கு நடுவாக பிரமாண்டமாக வளர்ந்து எழும்பியிருந்த அக்கோவில், கனவின் கண் முன்னால் பல நிலைகள் உயர்ந்திருந்தது. ஆகாயம் முட்டும் கோபுரமும், வானைத்தொட முயன்று கொண்டிருக்கும் மதிற்சுவர்களும், கருமேகங்கள் வந்து படியும் கல்மண்டபங்களும், இருமருங்கிலும் எண்ணிலடங்கா உருவங்கள் செதுக்கப்பட்டிருந்த விமானமுமென அனைத்தையும் பார்த்தபடி அக்கல்வெளியில் தனியே நின்று கொண்டிருந்தான். தனது மூதாதைகளை அதிகம் நினைத்தவாறு, இருபுறமுமிருந்த சிலைகளை அவன் பார்த்துக் கொண்டிருக்க, கலசத்தை நெருங்கும் இடத்தில் மட்டும், அவன் முன்பார்த்திராத அப்பெண்சிலை காவல் கண் கொண்டு ஊரின் வடமேற்குத் திசையை மேற்பார்த்தவாறு தனியே இருந்து கொண்டிருந்தது. அவன் அதைப் பார்த்துத் திரும்ப, கற்தரையின் இடைவெளிகளில் முளைத்திருந்த புற்களிடையே முகம் திரும்பியிருந்த யாரோ ஒருவன் பின் செல்ல, ஒரு நாகம் வேகவேகமாக ஊர்ந்து, அவனிருந்த திசையை விட்டு அக்கோவிலை நோக்கிச் சென்றுகொண்டிருந்தது.

சிறிது உறக்கம் மட்டுமே கண்டிருந்த அந்தப் பின்னிரவில் அவன் விழிக்கையில் தூதுவன் உட்பட சபையினர்களில் சிலர் அவனுக்காக காத்துக்கொண்டிருந்தார்கள். எல்லோரும் இரவெல்லாம் அங்கு இருந்து கொண்டிருக்கிறார்களென்றும் எவரும் இன்னும் ஊர் திரும்பவில்லை என அவர்கள் வேறு வேறு குரல்களில் தெரிவிக்க, அதை எதிர்பார்த்தவனாக பதற்றத்துடன் உட்சென்று வேப்பமாலையையும், தலைப் பாகையையும் அணிந்தபடி உக்கிரபாண்டியன் மதில்களைத் தாண்டி கோட்டையை விட்டு வெளியேறுகையில், நட்சத்திரங்கள் அதிகப் பிரகாசத்துடன் வானில் இருந்து கொண்டிருந்தது.

தொலைவில் ஓரிரு நிழலுருவங்கள் மட்டுமே நடமாடும் வயல்களை அவன் வண்டி கடந்தபோது, காடு அவன் முன்னே மர்மத்தோடு விரிந்து கொண்டிருந்தது. மற்றவர்கள் அவனைப் பின்தொடர, எவ்வளவு வேகமாக செலுத்தியும் அவனது காளை வண்டி பல இடங்களில் தடுமாறிக்கொண்டிருந்தது. சில நாட்களாகவே பாதைகள் வினோதங்கொண்டு,

மழையின்றி நிலத்தின் தன்மைகள் கடுமையாகிக்கொண்டு வருவதாக வண்டிக்காரன் தெரிவித்ததை உக்கிரன் சலனமற்று கேட்டுக் கொண்டிருந்தான்.

அவன் வந்து சேர்கையில், மேட்டு நிலங்களில் ஏற்றப்பட்ட தீப்பந்தங்களின் மங்கிய வெளிச்சத்தில், அந்தக் கட்டுமானத்தைச் சுற்றிச் சில உருவங்கள் நின்றுகொண்டிருந்தன. ஆங்காங்கு எண்ணெய்கள் படிந்த செவல் வெளியெங்கிலும் வெளிச்சத்தில் பளபளத்தபடி ஏராளமான கரும்பாறைச் சில்லுகள் சிதறிக் கிடக்க, அக்கற்களைச் சுமந்தபடி பலர் குறுக்கும் நெடுக்குமாக அலைந்துகொண்டிருந்தார்கள்.

முதற்சபையினான உமாபதி, தனது கரகரத்த உரத்த குரலில் உத்தரவுகள் பிறப்பித்தவாறு நின்று கொண்டிருந்தான். உக்கிரன் அருகில் செல்கையில், அவனைக் கண்டு கொண்டவனாக நெருங்கி, அவனுக்காகவே தானும், மற்றவர்களும் காத்துக்கொண்டிருந்ததாகக் கூறினான்.

உக்கிரன் பார்க்கையில் கடுமையாக சிதைக்கப்பட்ட கோடுகளோடும், தாறுமாறாக மலைபோல உயர்ந்திருந்த மணல் குவியல்களோடும் மாபெரும் பள்ளத்தாக்கைப் போல அந்நிலம் காட்சியளித்துக் கொண்டிருந்தது. அதன் பல்வேறு விருவுகளினிடையே ஆட்கள் நடமாடிக்கொண்டிருக்க, குறைந்த வெளிச்சத்தில் அஸ்திவாரத்தின் சமநிலை அடுக்கு குலைந்து, சிதைவடைந்ததைப் போலத் தெரிந்து கொண்டிருந்தது.

எல்லோரும் திகிலின் கோடுகள் படிந்த, உறக்கம் பரவிய முகங்களோடு இருக்க, உமாபதி அவனிடம் மெல்லிய குரலில் பேசத்துவங்கினான்:

"பூர்வக்கிரியைகள் அனைத்தும் செய்து முடிக்கப்பட்டு, முன்னிரவில் நீங்கள் சென்ற பிறகாக சுற்றுப்பாதையில் அளவைகளை நாங்கள் தீர்மானித்துக் கொண்டிருக்கையில், மையிருளில் மரங்கள் அவ்வப்போது அசைவு கொண்டு, காட்டுச் செடிகள் அசாதாரணமாக சலசலத்துக் கொண்டிருந்தன. புன்னை மரங்களின் நிழல் வெளியில் கட்டுமானம் அதிர்வதைப் போன்ற சத்தங்கள் அப்போது கேட்கத் துவங்க, அவ்வேளையில் அங்கு என்ன நிகழ்கிறதென முதலில் எங்களால் அறிய முடியவில்லை. நாங்கள் வேலைகளைத் தொடர்ந்து கொண்டிருக்க, சிலநிமிடங்களிலேயே காட்டின் வடமேற்கிலிருந்து மனிதனல்லாத ஏதோவொன்று அதிவேகத்தோடு அங்கு வந்து எங்களைச்சுற்றி ஊர்ந்து

ஊர்ந்து அலைந்துகொண்டிருப்பதாக உணர்ந்தோம். நாங்கள் எல்லோரும் பதற்றத்துடன் ஒன்றுகூட, நம் ஆட்களில் சிலர் அதை நோக்கிச் சென்றார்கள். நிமிடங்கள் கடந்து எதுவும் தென்படவில்லையென்று அவர்கள் திரும்பியவுடன், நாங்கள் கிளம்ப ஆயுத்தமானோம். அப்போதுதான் அஸ்திவாரத்தின் நடுவான பகுதியொன்றின் கற்பாறையொன்று நிலத்திலிருந்து நகர்ந்து காட்டை நோக்கி எறியப்பட்டதைக் கண்டேன். பதற்றத்துடன் ஆட்கள் சத்தமெழுப்ப, நான் வந்து பார்க்கையில் கட்டுமானத்தின் எல்லா இடங்களும் தன்னளவில் ஒழுங்கு கலைந்துவிட்டிருந்தன. சில நொடிகளிலேயே தொடர்ந்து அது வேறு வேறு இடங்களில் நிகழ, விரிசல் விட்டிருந்த இடங்களுக்குச் சென்று, மற்றவர்களைப் போலவே நானும் ஊன்றிப் பார்க்கையில், கட்டுமானத்தின் ஆழத்தில் மறைந்திருந்த அந்தப்புற்று என் கண்ணிற்பட்டது. அதன் மண் குவிசலை பார்க்கையில் அது பழையதெனவும், பல காத தூரத்திற்கு அது அடியில் பரவியிருக்க வேண்டும் என்றே நினைக்கிறேன். நாங்கள் அப்பாறைகளை கைப்பற்றி அகற்றிய பிறகாக, இரவு முழுக்க வரிசையாக ஒவ்வொரு நாழிகைக்கும் கற்துண்டுகள் வேறு வேறு இடங்களில் நகர்ந்து கொண்டிருக்கின்றன. சில நாழிகைகளாக நாங்கள் அதனுடன் போராடிக்கொண்டிருக்கிறோம்... புற்றிற்கு ஆபத்தில்லையெனினும், கோவிலின் கட்டுமான உறுதிக்கும், விக்ரகத்திற்கும் இது நல்அறிகுறியாகபடவில்லை... இப்போது வரை அதை நிறுத்துவதெப்படியென எங்களுக்குத் தெரியவில்லை..."

ஆட்கள் கூட்டமாக அருகில் பதற்றம் கூடி நிற்பதை அவன் பார்க்க, தற்போது அப்புற்றைச் சுற்றி, அங்கு தான் அது உறைந்திருப்பதாக மேலும் அவன் கூற உக்கிரன் கட்டுமானத்தின் அருகில் சென்றான்.

கற்கள் சிதறிக்கிடந்த, மரங்கள் நீக்கப்பட்ட சுற்றுப்பாதையில், அந்த உயிரின் வடிவங்கள் வரிவரியாக மண்ணில் தோற்றம் தந்து கொண்டிருக்க, சிதைந்த கட்டுமானத்தை நெருங்கி உள்ளே பார்க்கையில், நிலத்தின் ஆழத்திலிருந்து ஒரு மூச்சு கடும் சீற்றத்தோடும், வலியோடும், ஆக்ரோஷத்தோடும் தொடர்ந்து கேட்டுக்கொண்டிருந்தது. சில நொடிகளுக்குப் பிறகாக மண் அலை ஆழத்தில் அசைவது தெரிய, எல்லோரையும் காத்திருக்குமாறு கூறிய பிறகாக, உக்கிரனுக்கு எங்கே செல்ல வேண்டுமெனத் தெரிந்திருந்தது.

2

பூச்சிகளின் ஒலிகள் கேட்டபடி இருக்க, புன்னை, கொன்றை, கமுகு என வடிவம் மாறி அடர்ந்துகொண்டே சென்ற காட்டின் வடமேற்கு நோக்கி கையில் பந்தத்தோடு உக்கிரன் தனியே நடக்கத்துவங்கினான். மயில்கள் கிளைகளில் அமர்ந்திருக்க, இரவின் இருளில் வினோத வினோதமாகப் பிரிந்து சென்ற நில விரிவுகளில் காட்டு விலங்குகள் தனியே அலைந்து கொண்டிருந்தன. தூரம் செல்ல இருளின் நிற அடர்வு குறையத் துவங்கி, மேடும் பள்ளமுமென முட்காடுகள் விரிந்தபடி சென்றுகொண்டிருக்க, நிமிடங்களில் அவன் அவ்விடத்தை வந்தடைந்தான்.

மரங்களின் அடர்வு சற்று குறைந்த மணல் நிறைந்த ஒரு தாழ்வெளியில், செவல் நிலமெங்கும் சுதை மண் சிற்பங்கள், கல் மரங்கள், ஓலைகள், வறட்டுத்தோல் கொண்ட பழம்கருவிகள், எலும்புகள் மற்றும் வேறு வேறான அளவிலான கற்கள் ஏராளம் சிதறிக்கிடக்க, அவ்வெளியிலிருந்து அம்மாபெரும் காவற்காட்டின் எல்லை துவங்கியிருந்தது.

அவன் பிறப்பதற்கு முன்பாகவே, அங்கு பரவி இருந்து, வாழ்ந்து வந்த அவர்களைப் பற்றி அவன் மூதாதைகள் வழியாக அவன் அறிந்தது:

அவர்கள் எல்லோரும் அக்காட்டிற்கு அப்பாலிருந்து வந்திருந்தார்கள். அவர்களை கடல் தாண்டி வந்தவர்கள் என்று சிலரும், தெற்கு நோக்கி துரத்தப்பட்டவர்கள் என்று சிலரும், அங்கேயே பூர்வீகமாக இருந்தவர்கள் என்று சிலரும் கூறியிருந்தார்கள். அவர்கள் ஏதோ ஒரு பெரிய ராஜ்யத்தை இழந்ததைப்போல ஆழ்ந்த மௌனத்துடனே காணப்பட்டார்கள். அவர்களுக்கு மனிதர்கள் வாழும் ஊர்கள் பிடிக்கவில்லை. மரங்களோடு மரமாக, விலங்காக, புள்ளாக, பூச்சியாக அவ்வனத்தினுள் இருந்து அதை காத்துக் கொண்டிருந்தார்கள். அவர்களுக்கு எல்லாத் தொழில்களும், வித்தைகளும் தெரிந்திருந்தன. உயிரின் ரகசியங்களை அவர்கள் அறிந்திருந்தார்கள். எல்லாக்கதைகளும் அவர்கள் கூறியது. இசை அவர்கள் உருவாக்கியது. அவர்களது கடவுள்கள், அதன் வழிபாட்டு முறைகள், வடிவங்கள், கருதுகோள்கள் முற்றிலும் வேறாக இருந்தன. அவற்றை நினைத்தபடி தொடுகிற அனைத்தையும் குணமாக்கும் கைகள் அவர்களுடையதாக

இருந்தது. இயல்பிலேயே அதிசயங்களையும், அற்புதங்களையும் நிகழ்த்தத் தெரிந்தவர்களாகவும், ஆனாலும் அதை பயன்படுத்தாதவர்களாகவும் அவர்கள் இருந்தார்கள்.

எந்தக் காரணத்தாலோ அவர்களது தெய்வம் எப்போதும் அவர்களோடு இருப்பதாகவும், அதை எங்கும் கொண்டு செல்ல விருப்பமில்லாதவர்களாகவும், அவற்றை மாற்றுவதற்கோ, வேறு வடிவங்களில் பார்க்கும் எண்ணமோ, அதற்கான உரிமையோ அவர்களிடம் இல்லை என்பதாகவும் ஊரில் ஒருபோதும் நுழையாமல் வனத்தோடே இருந்தார்கள். அவன் சில ஆண்டுகளுக்கு முன்பாக அவ்வனத்தைக் கடந்த போது, அங்கிருந்த கூழையாற்றோடையைத் தாண்டிய பகுதியில் அவர்களில் சிலர் நடமாட்டம் மட்டுமே தென்படுவதாகவும், அவர்களது தெய்வத்திற்கு உடல் நலமில்லையென்றும், அவள் பெண்ணென்றும் அவன் கேள்வியடைந்து, அவ்விடத்திலிருந்து பல கல் தொலைவில், அவனது யானை வலம் போன பாதையைக் கடந்து செல்கையில், அவன் மனதில் கேட்ட அசரீரிக் குரலை நினைத்து, அங்கிருந்து மண் எடுத்து தடைகளை மீறி வேறிடத்தில் தன் கோவிலை கட்டத் துவங்கி யிருந்தான்.

அந்த இரவின் கடுங்குளிரிடையில் உக்கிரனின் பார்வை சென்ற இடமெங்கும் ஆள் நடமாட்டம் சிறிதும் இல்லாது எல்லா இடங்களிலும் சாம்பலும், ஓலைகளும், குச்சிகளும் சிதறிக்கிடக்க, அடர்ந்த அதன் உட்பகுதியிலிருந்த புன்னை மரத்தினடியில் ஒருவன் மட்டுமாக உயர்ந்த நிலப்படுக்கையில் படுத்திருந்தான். உக்கிரன் அவனருகில் செல்கையில், தோலிசைக் கருவியொன்று அப்பால் கிடக்க, சன்னமாக ஏதோவோர் குரல் கேட்டபடி இருந்தது. உற்று நோக்குகையில் அவன் உடல் அசைவது தெரிந்தது.

உக்கிரனின் காலடிச் சத்தங்கள் சருகுகளில் பட்டுக்கேட்க, வெகுநேரம் கழித்து முகம் திரும்பி எழுந்தவனை, உக்கிரன் அமைதியாக பார்த்துக்கொண்டிருந்தான். அவன் முன்னால் நின்று கொண்டிருந்தவனின் அசாதாரண உடற்கட்டு, அவனே அவர்களின் கருவியை வாசிக்கிற வீரனாக அதனாலேயே அவர்கள் தெய்வத்திற்கு நெருக்கமானவனாக இருக்கக் கூடுமென காட்டியது. அவன் உடல் முழுவதும் ஆங்காங்கே கோடுகள்போல இருந்து கொண்டிருக்க, நெற்றியில் மெலிதாக அழிந்த திலகத்தின் சுவடுகள் மிஞ்சியிருந்தன. அவன் உடல் ஏதோவோர் விதத்தில் நிலைகுலைந்திருப்பதைப்போல

தோற்றம் தந்து கொண்டிருக்க, அவன் கண்கள் வெகு நாட்கள் துக்கத்தின் ஆழத்தில் இருந்ததைப் போலிருந்தன.

உக்கிரன் தன்னைப் பற்றி எதுவும் கூறாது சுற்றிலும் எவரும் இல்லாமலிருப்பதை ஆச்சர்யத்தோடு கேட்டான். அவ்வீரனிடமிருந்து வார்த்தைகள் எதுவும் வராமலிருந்தன. அவ்வப்போது காட்டின் தொலைவு வரையும் சுதாரிப்புகளற்று பார்த்தபடி இருந்தவனாக வெகுநேரம் கழித்தே பேசத் துவங்கினான்:

"இக்கடுங்கோடை காலத்தில் வனம் தனது இயல்பை மொத்தமாக மாற்றிக் கொண்டிருக்கிறது. கொஞ்சம் கொஞ்சமாக வற்றியபடி இருந்த இந்த கூழையாற்று ஓடை இப்போது முழுதாக வறண்டு விட்டது. எத்திசை நோக்கிச் சென்றாலும், நாங்கள் திகைக்க விடப்பட்டிருக்கிறோம். வேறு வகையில் மீண்டும் ஒரு போர்க்காலம் வந்துகொண்டிருக்கிறதோ என நாங்கள் பயந்து கொண்டிருக்கிறோம்."

அங்குள்ள மர இடைவெளிகளில் இருந்த வாழிடங்கள் ஆழ்ந்த அமைதியோடு காணப்பட்டன. முன்பு அங்கிருந்த மனிதர்கள் வாழ்ந்த அடையாளங்கள் மிஞ்சியிருந்தன. சில காலங்களாகவே அங்கு யாரும் வாழ்ந்திருப்பதற்கான அடையாளங்கள் எதுவும் தென்படாமலிருந்தது. அவன் தொடர்ந்து, "எல்லாவற்றையும் விட என் உயிரை அதிகம் வதைப்பது எங்கள் தெய்வமான அவள் வயோதிகமடைந்து எங்களை விட்டுப் பிரிந்து செல்லும் நிலையில் இருக்கிறாள். நாங்கள் அவளை எங்களோடு அழைத்துச் சென்றும், அவள் தன் இடம் திரும்பிவிட்டாள். கடந்த சில நாட்களாகவே அவளை நான் அவள் சென்ற திசைகளில் சென்று இங்கு அழைத்துக்கொண்டு வந்தும், மீண்டும் அவள் வேறிடம் சென்றுவிட்டாள். நேற்று அசைவற்று கிடந்த அவள், நான் எவ்வளவோ அழைத்தும் என் பக்கமாகத் திரும்பவில்லை... அவள் உயிருடன் இருக்கையில் மட்டுமே எங்களால் இங்கு நடமாட முடியும். அவளை இழந்த பிறகாக, நாங்கள் உயிர் வைத்துக்கொண்டிருக்க விரும்பவில்லை..."

உக்கிரன் மனதினுள் தனது குலதெய்வத்தை நினைத்தபடி, தைரியத்தை வரவழைத்துக்கொண்டு பேசத்துவங்கினான்:

"இன்று என் வாழ்வின் வினோதமான நாள். நிலம் கொதித்துப் போய் கடந்த சில காலங்களாகவே சுற்றிலுமுள்ள ஊர்களில்

பஞ்சங்கள் வருவதற்கான அறிகுறிகள் தென்பட்டவாறிருக்கின்றன. வெட்டிய குளங்கள் அனைத்தும் தரை தட்டிப்போய், காளைகள் குடிக்கக்கூட எதுவும் இல்லாமல் இருக்க, நாங்கள் சேகரித்து வைத்திருந்த களஞ்சியங்கள் நம்பமுடியாத வகையில் வேகவேகமாக தீர்ந்துகொண்டிருக்கின்றன. நான் காண்கிற எல்லாமுமே தன்னியல்பு மாறியிருக்க, அதனை தீர்க்கும் விதமாக கடந்த சில காலங்களாக அதற்கான வேலைகள் துவங்கி விதிவசத்தால் முன்னேறிச் சென்று கொண்டிருப்பதை நீங்கள் அறிந்திருக்கக்கூடும்... இன்று அங்கு நான் பார்த்ததை என்னால் நம்ப முடியவில்லை... அம்மாபெரும் கட்டுமானங்கள் என் கண் முன்னால் சிதைந்து போகத் துவங்கியிருக்கின்றன... உங்கள் தெய்வம் அங்கு தான் இருக்கிறதென்பதை நீ நம்பவேண்டும்.."

அவனது வார்த்தைகளின் எதிரொலிகள் இன்னும் கேட்டுக் கொண்டிருக்க அவ்வீரன் வெகுநேரம் அவனைத் தாண்டிய தொலைவின் திசையையே மீண்டும் மீண்டும் பார்த்தபடி இருந்தான். மெதுவாக அருகிலிருந்த இடிபாடுகளுக்கிடையில் நடந்தவன், அவ்வப்போது அதன் இருள்வெளி எல்லையில் நின்றபடி வனத்தைபார்த்தபடி அங்கிருந்த மாபெரும் மரமொன்றின் நிழலின் கீழிருந்த கூரை வேய்ந்த ஓர் மர அமைப்பிற்குள் சென்றான். அங்கு இருப்பதிலேயே அவ்வமைப்பு தான் பிரமாண்டமானதாக இருந்தது. சுற்றிலும் சிறிது சிறிதாக ஏராளமான கற்கள், ஆழ் மண்துவாரங்கள் இருக்க, அந்த அமைப்பு சரிந்து கவிழ்ந்திருப்பதையும் அப்படி நிகழ அதன் பலம் அசாதாரணமானதாக இருக்க வேண்டுமென்றும் நினைத்தபடி, அதன் முன்பாக மண்பானைச் சில்லுகள் ஏராளமாக சிதறிக் கிடப்பதையும் உக்கிரன் பார்த்தபடி வெளியில் வெகுநேரம் காத்துக்கொண்டிருந்தான்.

பல நேரங்கள் கழிந்த பிறகாக சாம்பல் பூசிய கையில் இருந்த ஒரு சிறிய விளக்கோடு அவ்வீரன் வெளியே வர, நிலத்திலிருந்து மண் சரிவில் தடுமாறியவனை, உக்கிரன் நெருங்குகையில் அவன் முகத்தில் எந்தச்சலனங்களும் இல்லாதிருந்தது.

அவ்வனத்தினூடாக வளைந்து வளைந்து சென்ற வேறு வேறு பாதைகளில் அவன் நடந்து கொண்டிருக்க, உக்கிரன் மௌனமாக அவனைப் பின்தொடர்ந்து கொண்டிருந்தான். எங்கும் நிறைந்திருந்த புன்னை மரங்களின் அடர்வில் நுழைந்தபடி அவனது நடை வேகவேகமாக இருளை ஊடுருவிச் சென்று கொண்டிருக்க, இறுதியாக வயது முதிர்ந்த ஒரு புன்னை மரத்தினருகில் சென்றார்கள்.

அம்மரத்தின் பின்னால் இருந்த அடர்வுக்குள் சென்றவனை, எதிர்பார்த்தபடி உக்கிரன் காத்துக்கொண்டிருக்க சிதறல் சிதறலாக படிந்து கிடந்த, சுற்றிச்சுற்றி நீளநீளமாக வளைக்கப் பட்ட வட்டவடிவமான சுருளான வடிவங்களை அவன் கொண்டு வந்தான். அந்த இருளிலும் மெல்லிய ஒளி வீசுகிற, இதுவரை பார்த்திடாத நொய்மையான இறகின் பழுப்பு நிறத்தில் இருந்த அதைப் பார்க்கையில், அத்தெய்வம் ஒன்றல்ல பல என்பதை உக்கிரன் உணர்ந்தான்.

அவன் அதை அம்மரத்தின் இடைவெளி ஒன்றில் வைத்து விட, இருவருமாக கட்டுமானத்தின் திசை நோக்கி நடக்கத் துவங்கினார்கள்.

3

அதிகாலைப் பிறைநிலவு வானில் இருந்துகொண்டிருக்க, தொலைவில் இருவர் நடந்து வந்துகொண்டிருப்பதை எல்லோரும் பார்த்துக்கொண்டிருந்தார்கள்.

அவர்கள் இருவரும் கட்டுமானத்தை நெருங்குகையில், ஒருவன் அவர்கள் அருகில் வந்தவனாக, அது முன்னைவிட அதிக உக்கிரம் அடைந்திருப்பதாகக் கூறினான். இப்படியே சென்றால் அடிநிலம் பாதிக்கப்பட்டு சுற்றியுள்ள எந்த இடத்திலும் கட்டுமானம் எழுப்பப்பட முடியாத நிலை ஏற்படும் எனத் தொடர்ந்து கூறியவன், பாண்டியன் வெகுநேரமாக வரவில்லையென்பதால், மூன்று திசைகளிலிருந்தும் ஆட்களை உதவிக்கு அழைத்திருப்பதாகக் கூறினான். அவ்வீரன் நேரடியாக கட்டுமானத்தருகில் செல்ல, அவன் எதிர்மறையாக சைகை செய்து கொண்டிருப்பதை எல்லோரும் பார்த்தார்கள். உக்கிரன் அமைதியாக பார்த்துக்கொண்டிருக்க, அவ்வீரன் மிக அருகில் அதை நெருங்கியிருந்தான்.

மணல்குவிக்கப்பட்டுகிடந்தஇடமெங்கும்சுற்றிலும்ஏராளமான ரேகைகள் வரிவரியாக தெரிந்துகொண்டிருக்க, நிலத்தில் படிந்திருந்த அம்மணல் ரேகைகளை தொட்டுப்பார்த்தபடி அருகிலிருந்த எல்லோரும் விலகியிருப்பதை கவனித்தவனாக, உடலை வளைத்தபடி அவ்வீரன் நேரடியாகவே கட்டுமானத்தின் பிரதானமான குழிக்குள் சென்று பார்த்தான். கம்பங்கள் இப்போது ஆழத்தினுள்ளேயே வைக்கப்பட்டு, பந்தங்கள் எரிந்து கொண்டிருக்க அதன் ஒளியில் எங்கும் பரவியிருந்த

புற்றின் சிறு சிறு மணல் திட்டைகள் அவன் கண்களுக்குத் தெரிந்தன. உள்ளேயிருந்து தொடர்ந்து அவ்வப்போது பூச்சியின் அழைப்பைப் போலவும், பெருமூச்சைப் போலவும், சீற்றமான ஓர் ஒலி இடைவெளி விட்டு கேட்டுக்கொண்டிருந்தது.

ஒருக்கணம் அவன் அதுபோலவே மாறுவதுபோல பாவனை செய்து, தன் உடலை நிலத்தில் கிடத்தி, உள்ளே நுழைக்க, அப்பந்தத்தின் வெப்பம் அவன் முகத்தினுள் பரவியது. மேலுமோர் பந்தம் ஆழத்தில் இருந்து கொண்டிருக்க, எங்கும் பரவி நடப்பட்டுக் கிடந்த மரத் துண்டுகளின் இடைவெளிகளில் இருந்த அதைக் கையால் பற்றி எடுத்தான். சிறிது நேரத்தில் அப்பந்தம் காற்றில் வந்து விழ, அவ்வீரன் உள்ளே தெரியும் இருளை நோக்கியபடி, இதுவரை எவரும் கேட்டிருக்காத ஓர் ஒலியில் குரல் தந்தான். அந்த ஒலியைக் கேட்ட மாத்திரத்தில் எல்லோரும் அமைதியடைந்தார்கள்.

கட்டுமானத்தின் உள்ளேயிருந்து எந்தச்சத்தங்களும் வராதிருக்க, சற்று நேரம் அருகிலேயே ஏதேதோ தொனியில் குரல் தந்தபடி இருந்தவன், வெளியில் வந்து, கண்களில் நீரோடு நிலத்தில் படுத்துக்கிடந்தான். பிறகு எழுந்து நடந்தவனாக கட்டுமானத்தின் அருகிலிருந்த புன்னை மரத்தின் நிழலடியில் சென்று அமர்ந்தவனை உக்கிரன் பார்த்தபடி இருக்க, விடியத் துவங்கி கொஞ்சம் கொஞ்சமாக இருள் விலகி வெளிச்சம் வந்து கொண்டிருந்தது.

அன்று காலை துவங்கி இரவு வரை கட்டுமானம் எவ்வித குலைவும் கொள்ளாமல் இருந்தது. எல்லோரும் சிதறிய வேறுவேறான கற்களை சேகரித்துக் கொண்டிருக்க, அவ்வீரன் புன்னை மரத்தினடியிலேயே அமர்ந்திருந்தான்.

எல்லோரும் வருவதும், போவதுமாக இருக்க உக்கிரன் மட்டும் எங்கும் செல்லாமல் இருந்தான். அவனது பார்வை எல்லாம், அசிரீரித் தெய்வம் அவன் மனதில் ஒலித்த அந்த நாளின் நினைவிலும், புன்னை மரத்தின் அடியில் அமர்ந்திருந்த அவ்வீரனின் மீதுமே இருந்துகொண்டிருந்தது.

4

கட்டுமானப் பணிகள் சில காலங்கள் நடைபெறாமல் இருக்க, உக்கிரன் பலமுறை அழைத்தும், அவ்வீரன் வனத்திற்குள்ளேயே சென்றிருந்தான். எவரும் அறியாமல் இரவெல்லாம் அவன்

கட்டுமானத்திற்கருகே காத்திருந்தபடி, குரல் தந்து தனது தெய்வத்தை எழுப்பி, அவனோடு அழைத்துச் செல்ல முயற்சி செய்துகொண்டிருப்பதாக எல்லோரும் பேசிக்கொண்டார்கள். பல மாதங்களுக்குப் பிறகு கட்டுமானப் பணிகளை மீண்டும் தொடங்கும் பொருட்டு உள்ளேயிருக்கும் அவனது தெய்வத்தின் நிலையை உக்கிரன் அறிய விரும்பியபோதும், அவன் எதுவும் பேசவில்லை. மாறாக யாரையும் பந்தம் ஏற்ற விடாதபடியும், அதை நெருங்காதபடியும் எப்போதும் கட்டுமானத்தின் அருகிலேயே நின்றுகொண்டிருந்தான்.

சில காலங்களுக்குப் பிறகாக கோவிலின் வேலைகள் மீண்டும் துவங்கி இரவு பகலாக வேகவேகமாக நடைபெற்றுக் கொண்டிருந்தது. அடுத்த பத்து வருடங்களுக்கு தினமும் உக்கிரன் கட்டுமானத்தின் அருகில் காவல் காப்பவனைப் போல நின்றுகொண்டிருக்கும் அவனையே பார்த்துக் கொண்டிருந்தான். கால்நடைகள் சுற்றிலும் அலைந்து கொண்டிருக்க அஸ்திவாரத்தின் உயரத்தை பல நிலைகள் உயர்த்துமாறும், உள்ளே பல காத தூரங்களுக்கு இடைவெளி விட்டு, பல ஆட்களுக்கு தேவையான அளவு காற்று நுழையுமாறும் பாதைகள் அமைக்குமாறு கூறியவன், புற்றிருக்கும் இடத்தின் அருகில் விளக்குகளோ, பந்தங்களோ ஏற்றப்படக்கூடாதென்று ஆணை பிறப்பித்தான்.

அந்த வருடங்களின் இரவுகளில் உக்கிரனுக்கு முன்பு போல அவ்வப்போது கனவுகளில் கோவிலின் முகம் வந்து கொண்டிருந்தது. பெரும்பாலும் அக்கனவுகளில் தனியே இருந்துகொண்டிருந்தான். அதற்குப் பிறகாக அவனோடு பேசாதிருந்தும், இரவிலும் அங்கே அவன் இருப்பதைப் பார்த்து ஊர் மீண்டு உறங்கியும், விழித்தவுடன் காரணமற்ற சஞ்சலத்தில் மனம் அலைந்துகொண்டிருந்தது. கோட்டையின் வாசலில் எப்போதும் யாரையாவது எதிர்பார்த்தபடி இருந்தவன், சில வேளைகள் நள்ளிரவில் எழுந்து கோவிலை நோக்கி நடந்தான்.

வருடங்கள் பல கழிந்து அவன் மனதில் தோன்றியிருந்த வடிவத்தை அக்கட்டுமானம் அடையத் துவங்கியும், அவன் மனது நிறைவு கொள்ளாத நிலையிலேயே அலைந்து கொண்டிருக்க, ஒரு முன்மாலையில் உக்கிரன் நடந்தே கோவிலை வந்தடைகையில், அவ்வீரனான காவல் பறையன் - காலப்போக்கில் அப்படி அழைத்தார்கள் - அங்கு இல்லாமலிருந்தான். மறுநாளின் அதிகாலையில் எல்லோரும் அவனைப் பல நாட்களாகவே காணவில்லையென்றும், அவன்

சென்ற இடம் தெரியவில்லையென்றும்கூற, மறுநாளில் அவ்வனத்திற்குள் நுழைந்தவன், அவர்களின் சந்திப்பு நிகழ்ந்த அதே இடத்தை வந்தடைந்து பார்க்கையில் அந்த வன ஓடை மீண்டும் கசியத் துவங்கியிருந்தது. அவர்கள் எவரும் வாழ்ந்ததற்கான தடயங்கள்கூட அற்று இருந்த சிதலங்களில் பறவைகள் அமர்ந்திருக்க, அன்று கோவிலிற்குத் திரும்பியவன், அஸ்திவாரத்தின் பாதையில் பரவியிருந்த இருளைப் பார்த்தபடி வெகுநேரம் நின்றுகொண்டிருந்தான்.

அக்காப்பறையனைத் தேடிச்சென்ற வீரர்கள் வனம் முழுக்க தேடியும் அவனைக் கண்டடைய முடியாமல் இருந்தார்கள். அவனைப் பற்றிய செய்திகள் வந்து சேராமலே இருக்க, உக்கிரன் ஒவ்வொரு நாள் இரவிலும் அஸ்திவாரத்தின் சுரங்கப்பாதையின் முன் வந்து நின்று கொண்டிருந்தான். அதன் உள்ளே பரவியிருந்த இருளில் அவ்வப்போது சீற்றமானதொரு மூச்சொலியும், யார் யாரோ நடமாடும் சப்தங்களும் கேட்பதாக எல்லோரும் கூற, ஏராளமான வேலைப்பாடுகள் நிறைந்த கோவில் நிலைகளுக்கு ஏதேதோ நிகழும் துர்சம்பவங்களும், அறிகுறிகளும் கனவும், பிரம்மையுமென மீண்டும் அவனுக்கு வந்துகொண்டேயிருந்தது.

பல மாதங்கள் கடந்த சித்திரையின் ஒரு நள்ளிரவில், மேலாடையற்று, உக்கிரன், வழக்கமான புன்னை மரத்தடிக்கு வந்திருந்தான்.

பல காலங்களுக்கு முன்பாக நடந்தவற்றையெல்லாம் மீண்டும் மீண்டும் நினைத்தவாறு கோவிலை அடைந்தவன், சுரங்கப்பாதையின் நுழைவில் அமைக்கப்பட்டிருந்த கதவை யடைந்து, அதன் கனத்த பிடியை நகர்த்தி விலக்கியபடியே, கையிலிருந்த பந்தத்தை அணைத்தவனாக, பல மணி நேரங்களாக கதவின் முன்பாக தனியே நின்றுகொண்டிருந்தான்.

மறுநாளின் அதிகாலையில் உடல் நடுங்க, கண்மூடி, அதில் நீர் வழிந்தபடி, இரண்டு கைகளும் ஆகாயத்தை நோக்கியவாறு, உக்கிரபாண்டியன் பாதையின் இருளை நோக்கி தனது புதிய பெண் தெய்வத்தை வணங்கிக்கொண்டிருப்பதை எல்லோரும் பார்த்துக் கொண்டு இருந்தார்கள்.

- கல்குதிரை (2020)

6
தவம்

எனது பெயர் சங்கன். நான் தற்போது சங்கரநயினார் கோயிலெனும் தலத்தில், ஊரின் எல்லையில் உள்ள ஒரு பழைய புன்னை மரத்தினடியில் தனியே இருந்து வருகிறேன். எனது தாய், தந்தையர் என் காண்உலகை விட்டு நீங்கிப் பல காலங்கள் ஆகின்றன. நான் நாட்டின் வடக்கில் அமைந்துள்ள கடல் சூழ்ந்த ஓர் பழையப் பட்டினத்தில் சில காலங்கள் வாழ்ந்து வந்தேன். என் உடலில் ஏதேதோ மாற்றங்கள் நிகழ்ந்து கொண்டிருக்கும், இந்நிலவுலகில் ஒரு மனிதனாக எனது கடைசி சில நாட்களான இவ்வேளையில், என்னைப் பற்றியதும், என் அம்மாவைப் பற்றியதும், என் ஊரின் வளங்களனைத்தும் திரும்பிய இக்காலம் தொடர்பானதுமான அந்த திட்டுத்திட்டான, கலைந்த நினைவுகள் அனைத்தும் ஒன்றாகத் திரும்பி வருவதை என்னால் தவிர்க்க முடியவில்லை.

அம்மா மறைந்து இன்றோடு பத்து ஆண்டுகள் கடந்து சென்று விட்டன. இந்த முறை உண்மையிலுமாகவே இவ்வுலகிலிருந்து மறைந்துவிட்டாள். பனிரெண்டு ஆண்டுகளுக்கு முன்பானதொரு வெயில் நாளில், அவள் உடல்நலம் பாதிக்கப்பட்டு மாற்றமடைந்து இருப்பதாக அறிந்து, அவசரமாக புறப்பட்டு நான் அங்கு சென்று சேர்கையில், வீட்டின் அசாதாரணமான குளிர்ச்சி கொண்ட இருண்ட கருவறையில் பழைய சேலைகளைப் போர்த்தியபடி தனியே படுத்திருந்தாள். அவ்வளவு காலங்கள் முதுமையடையாமலே இருந்த அவளது முகம் தனது பிரகாசங்கள் அனைத்தையும் இழந்து இருளடைந்த கண்களோடு காணப்பட்டன. அவளது உடலின் தோல்கள் அனைத்தும் ஆங்காங்கே நீலம் பாரித்துத்

தாள்களாக மாறியிருந்தன. எப்போதும் விழிப்பு நிலையிலும், வேகத்திலும் இருக்கும் அவளது உடலசைவுகள் அனைத்தும் காணாமல் போய், எவ்விதப் பழைய அடையாளங்களுமற்று, வேறொரு உயிர்போலவே மாறி சேலைகளினுள்ளே ஆழ அமிழ்ந்திருந்தாள். அவளது கால்களை தொட்டுப்பார்க்க விரும்பினேன். ஆனால் அவளது கால் எலும்புகளையோ, அதன் உருவ இயல்புகளையோ என்னால் காண முடியவில்லை. அன்று அப்பா ஓரிரு வார்த்தைகள் மட்டுமே பேசியபடி நிச்சலனமான முகத்தோடு காணப்பட்டார். அவளால் தன் உடலை அசைக்க முடியவில்லையெனினும், அவளை கவனித்துக்கொள்ள எப்போதும் போல வீட்டில் வேறு எவரையும் அவர் அனுமதிக்கவில்லை. இரவுகள் முழுக்க தனித்தே விழித்திருந்தவர், சில நாட்களில் நான் அங்கிருந்து கிளம்புகையில், தைரியம் நிறைந்த முகத்தோடு, அவள் விரைவில் எழுந்து நடமாடுவாள் என்றார்.

நான் வேறு வேறு ஊர்களில், வேறு வேறு இடங்களில் வாழ்ந்து வந்தேன். இங்கிருந்து பஞ்சகாலத்தின் பொருட்டு ஊர்ஊராகச் சென்ற சிலரில் ஒருவனாக பல ஊர்களில் அலைந்து இறுதியாக கடலோரத்தில் இருந்த ஓர் பழையப் பட்டினத்தின் பகுதியைச் சென்றடைந்தேன். அங்கு சென்று பல மாதங்கள் கடந்தவேளை, நடக்கக் கூடாததும் ஆனால் எதிர்பார்த்ததுமாக ஒன்று நடந்து விட்டதாக மீண்டும் நான் அறிந்தபோது, நான் அடைந்த கலக்கம் குறைவே. மனம் நடுங்கியபடி நான் மீண்டும் ஊர் வந்து சேர்கையில், வீட்டின் அகண்ட இருள் வெளிகளில் எங்கும் இல்லாது அம்மா காணாமல் ஆகியிருந்தாள். ஊரும் சரி, தெருவும் சரி அவளது இருப்பு இல்லாமலானதற்குரிய எவ்வித அடையாளங் களும் அற்று இருக்க, யாரிடமும் அவள் சென்ற இடம் குறித்த தகவல்கள் இல்லை. வீட்டின் விஸ்தாரமான பெரிய அறையினுள் தனியே இருந்த அப்பா உறைந்த முகத்துடன் பேச்சற்ற நிலையில் காணப்பட்டார். அறைகளில் எப்போதும் உரத்து ஒலிக்கும் அவளது குரல்கள் எதுவும் கேட்காமல் இருக்க, ஊரெங்கும் பல நாட்களாகத் தொடர்ந்த தனித்த முற்றுப்பெறாத என் தேடல்களுக்குப் பிறகாக சித்தம் குழம்பிய நிலையில் நான் அங்கிருந்து கிளம்புகையில், அவள் எப்போதேனும் வீடு திரும்புவாள் எனத் தான் நம்புவதாக மட்டும் கூறினார்.

அவளது மீள்கை குறித்த அவரது சொற்கள் அளித்த குழப்பமான உணர்வில் நான் மீண்டும் பட்டினம் சென்று

சில காலங்களிலேயே ஊர் திரும்ப, எவருடைய நடமாட்டமும் இல்லாது வீடு வெறுமையோடு காணப்பட்டது. அருகில் இருந்த எல்லோரும், சில நாட்களுக்கு முன்பாக இருள் விலகிடாத ஓர் அதிகாலையில் அவர் மட்டுமாக வீட்டைவிட்டு வெளியேறிச் சென்றதைப் பார்த்ததாகவும், அன்றிலிருந்து அவர் இன்னும் வீடு திரும்பவில்லை எனவும் தெரிவிக்க, ஊரெங்கும் நானறிந்த சிலரிடம், அவர் சென்ற திசைகளைக் குறித்த விவரங்களை கேட்டுக்கொண்டிருந்தேன். அன்று நான் அம்மாவையே அதிகம் நினைத்துக்கொண்டேன்.

சங்கரன் எனப் பெயர்கொண்ட எனது அப்பா, இங்கிருந்து மேற்கில் சில கல் தொலைவில் கன்னங்கரிய பனைகளும், வேம்புகளும், முட்காடுகளும், கரிசலும், செவலும் என இருமண் சூழ்ந்த கண்மாயொன்றும் இருந்த ஒரு பழைய ஊரை தனது சொந்தத் தலமாகக் கொண்டிருந்தார். அம்மா இங்கிருந்து தெற்கில் பல நூறு கல் தொலைவிற்கு அப்பால் பரவியிருந்த புன்னைமரங்கள் மிகுந்த காட்டின் எல்லையிலிருந்த ஓர் ஊரைச் சேர்ந்தவள். இளம்வயதில் ஊரில் ஏற்பட்ட பஞ்ச காலத்தில் அப்பா அங்கிருந்து பெயர்ந்து தெற்கெங்கும் அலைந்து, இறுதியில் அவளைச் சந்தித்து மணந்துகொண்டதாகவும், அவர்களது சந்திப்பு விதியின் பயனால் நடந்த, தன் வாழ்வை முற்றிலும் மாற்றிய நிகழ்வு எனவும் கூறுவார்.

என் நினைவறிந்து அம்மாவின் சொந்த ஊருக்கு பதினான்கு வயதின் கோடைக் காலத்தில் ஒருமுறை சென்றிருக்கிறேன். ஊர் அடங்கிய பின்னிரவில் யாருமறியாமல் நாங்கள் வண்டியேறி கிளம்பிச் சென்ற, எல்லை தாண்டிய காடுகளின் வழியான பயணத்தில், அன்று முன் எதிர்ப்பட்ட பிரயாணிகள் அனைவரும் அவளது ஊரின் பெயரை ஆச்சர்யமான முகபாவனையோடும், எல்லாக் கடவுள்களும் கைவிட்ட ஊர் என்றவாறும் பேசி வந்தனர். வெகுவிரைவிலேயே புன்னை மரங்கள் மிகுந்த ஒரு வனப்பாதையைக் கடந்து, கிழக்கில், சில மணிநேரப் பயணத்தில் நாங்கள் வந்து சேர்ந்த, சில மனிதர்கள் மட்டுமே நடமாடிக்கொண்டிருந்த, அந்த வறண்ட கிராமத்தில், ஒரு பகல் மட்டுமே இருந்தோம். அங்கு அலைந்தபடி அம்மா தனது உடன் பிறந்த சகோதரிகள் ஏராளமென்றும் அவர்கள் எவரும் இன்று இல்லையென்றும் தெரிவித்தாள். அக்கிராமத்திலிருந்த ஒரே ஒரு புராதனமான ஓடை விஷமூட்டப்பட்டு விட்டதாகவும், பஞ்சங்கள்

தொடர்ச்சியாக வந்து எல்லோரும் காட்டைக் கடந்து வேறு வேறு ஊர்களுக்கும், நகரங்களுக்கும் சென்று விட்டதாகவும் தெரிவித்தவள், கற்கள் குவிந்து கிடந்த, மீன்களின் கசந்த வாசனை தொடர்ந்து வீசிக்கொண்டிருக்கிற, தூர்ந்து விடும் நிலையிலிருந்த நீர்நிலையின் அருகில் வெகுநேரமாக தனியே நின்றுகொண்டிருந்தாள்.

அன்று பின்னிரவில் கிளம்பி மறுநாளின் வெளிச்சம் குறைந்த அதிகாலையில் நாங்கள் சற்றுத்தொலைவில் இருந்த ஒரு பழைய கிராமத்திற்குச் சென்றோம். பகலில் ஆள்நடமாட்டம் இல்லாத, இரவுகளில் மனிதர்கள் வெளியில் அதிகம் அலைந்துகொண்டிருக்கும் ஊரது. அந்த ஊரின் எந்த இடத்திலும் சிறுபூச்சியைக்கூட காண முடியவில்லை. கால்நடைகள் எதுவும் இல்லை. பறவைகள் இல்லை. சுற்றிலும் வறண்ட, சிதைந்த பாறைகளால் ஆன மலைகள். அன்று கரடுமுரடான பாதைகளினூடாக அலைந்து, புன்னை மரத்தினடியிலிருந்த ஒரு பழைய வீட்டை சென்றடைந்தோம். நிலத்திலிருந்து சற்று உயரத்தில் சுற்றிலும் தாறுமாறான கருங்கற்கள் நிரம்பிய, மண்சுவர் கொண்ட அவ்வீட்டில் நாங்கள் காத்துக்கொண்டிருக்க, சிறிது நேரத்தில் வெள்ளைப் பொதியென சுருள்சுருளான ஏராளமான நரை கூந்தலோடு அங்கிருந்து கீழிறங்கிச் சென்ற பாதாள அறை போன்றதொரு துளை அமைவிலிருந்து வயதான பெண்ணொருத்தி கண்களில் நீரோடு அம்மாவுடைய கையை பிடித்தபடியே வந்தாள். என்னைப் பார்த்தவுடன், கையில் எடுத்து அணைத்துக் கொண்டவளின் மூச்சுக்காற்றில், அசாதாரணமான வெப்பத்தை உணர்ந்தேன். சில நொடிகளில் அவள் என் பாட்டி என்பதை அறிந்துகொண்டேன்.

பகல் முழுக்க சங்கா, சங்கா என அவள் என்னை அழைத்தபடி இருக்க, ஆச்சர்யகரமாக அன்று அவர்கள் பேசியதனைத்தையுமே என்னால் புரிந்துகொள்ள முடிந்தது. எத்தனையோ பெண்பிள்ளைகளைப் பெற்றவளான அவள், அவர்களெல்லோரும் இயற்கையின் பல்வேறு காரணங்களில் மறைந்துவிட்டதாகவும், அம்மாவை மட்டும் கடவுள் இவ்வுலகிற்கு பிழைக்கத் தந்த தேவதையென்றாள். அவளிருக்கும் இடத்தில் எவருக்கும் எந்த இடரும் வராதென்றும், அவளது இருப்பாலேயே எல்லோரும் எல்லா வகையிலும் குணமடைவார்கள் என்றவள், பாழடைந்த தனது பழைய கிராமத்தின் வளங்கள் அனைத்தும் அவளால் திரும்பும்

என்ற நம்பிக்கை தனக்கு இன்னும் இருப்பதாகக் கூறினாள். சிறுவயதிலிருந்தே அவளின் அபூர்வத் தன்மைகளை அறிந்து அவளைப் பலர் கவர்ந்து கொள்ள நினைத்ததையும், அன்று காட்டுக்குள் வழி தவறி, நாகம் கடித்து வந்த அப்பாவை அவள் உயிர்ப்பித்ததையும், அவர்களுக்குள் உருவான உறவையும் அவள் சொல்லிக்கொண்டே போக, அன்றைய இரவில் என் முன்னால் ஈரமான தாமரை மலர்கள், மரப்பட்டைகள், மக்கிய இலைதழைகள் ஆகியவைகள் மண்மேட்டில் வேறு வேறு கோணங்களில் அடுக்கி வைக்கப்பட்டுக் கொண்டிருந்தது. விருந்து போன்ற ஒன்றிற்கான ஏற்பாடுகள் நடந்துகொண்டிருப்பதைப் பார்த்தபடி, இருந்தும் எதையும் உண்ணாமல் அன்று உறங்கிவிட்டேன். உறக்கத்தின் கனவில் ஏதேதோ இசை கேட்டுக்கொண்டிருந்தது. அவ்வப்போது எழுந்து பார்க்கையில், அவ்வறையே மிகச் சிறியதானது போலவும், எதிரிலிருந்த பெரிய தாமரை இலைகளுக்கிடையே இரண்டு நாகங்கள் எழுந்து ஆடிக்கொண்டிருப்பதைப் போலவும் தெரிந்துகொண்டிருந்தன.

அவர்கள் இருவரும் தங்களது அலைதல்கள் முடிந்து ஊர் திரும்பிய பின்னால், சுற்றிலும் இங்கு பல்வேறு இடங்களில் வசித்து வந்தாலும், எந்தக்காரணத்தாலோ அவர்கள் ஒவ்வொரு ஊராக இடம்பெயர்ந்து கொண்டிருந்தார்கள். அவர்கள் தங்கிய எல்லா வீடுகளிலும் நாகங்கள் அவர்களைப் பின்தொடர்ந்ததாகவும், அவ்வீடுகளின் கூரைகளிலும், இருண்ட மூலைகளிலும், திண்ணைகளிலும், வேலிகளிலும், வாசல்களிலும் அவைகள் எதிர்பாராமல் வந்ததாகவும் கூறினார்கள். இறுதியில் அவர்கள் ஊருக்கே திரும்பி விட்டிருந்தார்கள்.

எனது அப்பாவின் ஊரைச் சேர்ந்தவர்களுள் சிலருக்கு என் அம்மாவின் மீது பிரியம் உண்டெனினும், அவர்கள் பல காலங்களாக எங்களோடு தொடர்புகொள்ளாமலிருந்தார்கள் ஆனால் எங்கள் தெருவில் உள்ளவர்கள் எல்லோரும் அவளை நல்அதிர்ஷ்டத்தின் அடையாளமாகவே பார்த்தார்கள். அழகு நிறைந்த அவளது சிறிய கண்களும், இரவிலும் வெளிச்சம் மிகுந்த வீடும், அதன் அறைகளுக்கிடையே ஊடுருவிச் செல்லும் அவளுடைய வேகமும், எந்த நேரமும் அவளிடம் தென்படும் சுறுசுறுப்பும், அசாதாரணமான பொறுமையும், எல்லாவற்றையும் கவனிக்கும் திறனும் அவர்களைக் கவர்ந்தன. காலம் செல்லச் செல்ல, அவர்கள்

எல்லோரும் அவளை கோமதி என்றும், அம்மா என்றுமே அழைக்கத் துவங்கினார்கள்.

என் பதின்வயது துவங்கி சில காலங்களுக்குப் பின்பாக, ஆடிமாதமொன்றின் உத்திராட நாளில், உள்ளூர் வழிபாட்டு விழாவிற்காக சுற்றியுள்ள கிராமங்களிலிருந்து கூட்டமாகக் கிளம்பி வந்திருந்தவர்களில் பலர் எங்கள் வீட்டைக்கடந்து சென்றபோது, அந்தியில் ஒரு சிறுமியை நாகமொன்று கடித்துவிட, அன்று அப்பா வீட்டிலிருந்து அம்மாவை வேகவேகமாக அழைத்துச்செல்வதை அமைதியாக பார்த்துக் கொண்டிருந்தேன். நிலத்தில் மயங்கிக்கிடந்த அச்சிறுமியின் பக்கமாக, பதற்றமான முகத்தோடு நின்றிருந்த பெண்ணின் அருகில் இருவருமாக செல்ல, அம்மா தன் உடலை வளைத்தபடி, கால்களை மடித்து அப்பெண்ணின் தலையை மடியில் எடுத்து வைத்தபடி அவள் அருகில் அமர்ந்திருந்தாள். நான் சில நிமிடங்களிலேயே அங்கு சென்றபோது அப்பெண் எழுந்தமர்ந்து கண்ணில் நீர் மல்க அம்மாவோடு பேசிக்கொண்டிருந்தாள். அன்றிலிருந்து தெருவில் யாருக்கேனும் எவ்வித பூச்சி கடிப்பினும் அவற்றை சரி செய்வதாக அவளே இருந்தாள். வறண்ட காற்று மட்டுமே எங்கும் வீசிக்கொண்டிருக்கிற அவ்வறட்சியான காலங்களில், அகால வேளைகளில் ஊர் முழுக்க சென்று கொண்டும், எல்லையிலிருந்து புற்றுமண்ணை பனையோலைப் பெட்டிகளில் கொணர்ந்து, வீட்டில் குவித்து, யாரிடமாவது தந்து கொண்டும், அவ்வப்போது யாருமறியாமல் வீட்டிலிருந்து மறைந்து, காணாமல் ஆகி எங்கெங்கிருந்தோ காடுகளிலிருந்து வினோத நிறத்திலும், வடிவத்திலும் இருந்த பலவிதமான பூக்களையும், இலைகளையும் வீட்டிற்கு கொண்டு வருவதுமாக இருந்தாள்.

என் பதின்வயது முடிகிற தருணத்தில், ஊரில் இருந்த நிலங்களின் வறட்சியான காலங்கள் முடிவுக்கு வந்து, அவை நீர்மை மிகுந்த நெல்வயல்களாக மாறின. விவசாய வேலைகளிலும், கோவில் வேலைகளிலும் ஈடுபட்டிருந்தோர் பலர் மருந்துகள் தேடி வீட்டிற்கு வருவதும், வயல்களில் விதைப்பு துவங்குவதற்கு முன்னால் அவளை பார்ப்பதுமென ஒவ்வொரு நாளும் அம்மாவை பார்க்க வருபவர்கள் அதிகரித்துக் கொண்டே சென்றார்கள். அவளது தொடுதலே உடலின் கோளாறுகளையும், பேச்சுகள் மனதின் கோளாறுகளையும் சரி செய்வதாக எல்லோரும் கூறினார்கள். நாளடைவில்

தொலைவில் வடக்கில் இருந்த பெரியஊர்கள் துவங்கி தென்கோடி வரையிலாக பெண்களும், நோயுற்றோர்களும், மனம் பேதலித்த நலிவுற்றவர்களும், வாழ்வில் துவண்டவர்களும், நம்பிக்கை இழந்தவர்களுமென எல்லோரும் வீட்டிற்கு வந்து மரியாதையோடும், கண்ணீரோடும் அவளோடு பேசிக்கொண்டிருந்தார்கள்.

நன்றாக நினைவிருக்கிறது. அப்போது சில நாட்கள் ஊரையே நொறுக்குவது போன்ற இடிச் சத்தங்களோடு மழை பெய்துகொண்டிருந்தது. அம்மா தன்னுடைய அறையில் வெட்டிய மின்னல் வெளிச்சத்தில் ஒடுங்கியிருந்தாள். ஊரில் கடைசியாக பெய்யும் மழை அது என்றும், இனி பனிரெண்டு வருடங்களுக்கு இங்கே மழை பெய்யாதெனவும் எங்களிடம் கூறியவள், சில நாட்களில் அங்கிருந்து பலர் கூட்டமாக வேறு ஊர்களுக்கு கிளம்புவதாகவும், என்னை அவர்களோடு சேர்ந்து கொள்ளுமாறும் கூற, நானும் அதற்கு அரை மனதோடு சம்மதித்திருந்தேன். நான் கிளம்புவதற்கு சில நாட்களே இருந்தன. அன்று தோட்டத்திற்குச் சென்றுவிட்டு முன்னிரவில் தெரு வழியாக நடந்து வீடு திரும்பிக்கொண்டிருந்தேன். இரு பக்கமும் வேம்புகள் காற்றில் அசைந்து கொண்டிருக்க, நில இடைவெளிகள் இருள் அடர்ந்து கிடந்தன. நான் அதனூடாக மெதுவாக நடந்து செல்ல, எனது பாதங்கள் எதையோ மிதித்து விதிர்விதிர்த்தன. நான் திரும்பிப் பார்த்தேன். அடர்மஞ்சள் நிறத்தில் அந்த நாகம் சுருண்டு கிடந்த தனது உடலை விரித்தபடி என்னைப் பார்த்து எழுந்து, சில கணங்களில் வேகமாக ஊர்ந்து என்னை நோக்கி வரத் துவங்கியது. நான் ஓடத்துவங்கி, வீடு வந்துசேர்ந்த அந்த இரவின் கணங்கள், என்னால் மறக்க முடியாதவை.

அன்றையப் பின்னிரவில் எதிர்பாராமல் விழித்துக் கொண்டவன், விளக்கொளியில் எனது கால்களைப் பார்த்தேன். அதன் பற்தடங்கள் தோலில் புள்ளிகளாகத் தெரிந்து கொண்டிருந்தன. அருகில் எவரும் இல்லாமலிருக்க, அம்மாவின் அறைக்கு செல்ல முடிவு செய்தேன். அவள் உறங்கும் அறை வீட்டின் பின்னாலிருந்த பாதாள அறைக்கு அருகில் இருந்தது. இருளில் தடுமாறியபடி அங்கு சென்று ஜன்னல் வழியாக பார்த்தேன். மரக்கட்டிலில் போர்வைகள் கலைந்து கிடக்க அவள் அங்கே இல்லை. பின்வாசலின் மரக்கதவு திறந்திருக்க அங்கு சென்றேன். வயலருகில் சிறிய விளக்கொன்றோடும், கையெங்கும் செம்மண் படிந்தும்

அப்பா நின்று கொண்டிருந்தார். அறுப்பு முடிந்திருந்த வயல் ஏதேதோ தடங்கள் கொண்டிருக்க, அம்மா குறித்துத் தொடர்ந்து நான் கேட்ட கேள்விகளுக்கு அவர் பதிலேதும் கூறவில்லை. மறுநாளின் பிற்பகலில் நான் கண் விழித்த போது அம்மா என் அருகில் அமர்ந்திருந்தாள். நான் பின்னிரவில் அவள் எங்கிருந்தாள் எனக் கேட்க தனியறையில் உறங்கியிருந்ததாகவேக் கூறினாள்.

இரண்டு நாட்களில் நான் கிளம்பிய அன்று அம்மா ஆழ்ந்த அமைதி படிந்த முகத்தோடு காணப்பட்டாள். ஊரின் பாதுகாப்பு மற்றும் வளத்தின் பொருட்டே என்னை அனுப்புவதாகவும், தான் நினைத்தால் என்னை மீண்டும் அழைத்துக் கொள்ளலாமென நிதானமாகக் கூறியவள் குழப்பமடைந்திருந்த என் முகத்தைப் பார்த்தபடி,தனது குரலின் அழைப்பிற்காக என்னைப் பொறுமையோடு காத்திருக்கும்படி கூறினாள். தொடர்ந்து, செல்லுமிடங்களில் அதிகக் கவனத்தோடும், விழிப்புடனும் இருக்குமாறும், சில காலங்களுக்கு கடல் அருகில் இருந்தால் அங்கு செல்லாமல் இருக்கும்படியும், சென்றால் அதில் உள்ளிறங்காமலும், கால் நனைக்காமலும் இருக்கும்படியும் அவள் உறுதிபடக் கூற,நான் மனதினுள் ஆச்சர்யமடைந்தவாறு எப்போதும் கடல் பார்க்க விரும்பியதை எண்ணினேன்.

அடுத்த சில காலங்களில் நான் பல்வேறு ஊர்களில் தங்கியிருந்தேன். அங்கு நான் தங்கியிருந்த மிகச்சிறிய மரக் கட்டுமானங்கள், சிறிய துளைகள் போன்ற தோற்றங்கொண்ட பழைய குளிர் அறைகள் உட்பட பல்வேறு வாழிடங்களில் சுருண்டிருந்தேன். தனிமையான நேரங்களில் பகலில் உறங்கினேன். இரவில் காரணமற்று விழித்திருந்தேன். அந்த நாட்களிலெல்லாம் நான் எதிர்பாராதவாறு ஏதோவொன்று நிகழ்ந்துகொண்டே இருந்தன. மயில்பாறை குன்றருகேயுள்ள சுனையில் கிராமத்து ஆட்கள் குளித்துக்கொண்டிருக்க, நான் உள்ளிறங்க முயற்சிக்கையில், அங்கு நின்றிருந்த, என்னை வெகுநேரமாக பார்த்துக்கொண்டிருந்த வயதானவர், காரணம் தெரிவிக்காது என்னை உள் இறங்க வேண்டாமென கேட்டுக்கொண்டிருந்தார்.கடம்பவனத்தின் பழைய கோவிலருகே, வீதியில் நடந்து சென்ற போது இளம்பெண்ணொருத்தி என்னை ஏற்கனவே பார்த்திருப்பதாகக் கூறி, விடைபெறுகையில் என் கைகளை எடுத்துக் கண்களில் ஒற்றிக்கொண்டாள்.

ஆண்டுகள் சில கடந்து செல்ல, அவ்வப்போது ஊருக்குச் செல்வதும், அங்கு எல்லோருக்கும் வயதாவதும், முன்பு போல மனிதர்கள் யாரும் தெருவில் நடமாடாமல் இருப்பதும், விதைகளைக் கொண்டு வருபவர்கள், நற்காரியங்களைத் துவங்குவதற்கு முன்பாக எங்கெங்கிருந்தோ வீட்டிற்கு வருபவர்கள் எவரும் இப்போது வராமலிருப்பதும், ஏறுவெயிலில் பழைய சேலையில் அம்மா தனியாக ஊரெங்கும் நடமாடுவதும், பின்னிரவில் தனியறையில் சென்று உறங்குவதும், பல நாட்கள் வீட்டினுள் இல்லாது காடுகளில் சென்று மறைவதும் தொடர்ந்து கொண்டிருந்தது.

இறுதியாக நாட்டின் கிழக்கில் கடலோரத்திலிருந்த ஒரு பழையப் பட்டினத்தின் பகுதிக்கு நாங்கள் எல்லோரும் வந்து சேர, சில காலங்களில் எனக்கெனச் சில எல்லைகள் அங்கு உருவாகியிருந்தன. கடல் அருகில் இருக்கும் சத்தங்கள் கேட்டபடி, உப்புக்காற்று ஜன்னல்களில் வந்து மோத, எனது உடலின் பலம் பல மடங்கு அதிகரித்தது போலிருந்தது. அன்றாடம் எனக்கு உணவுகள் அதிகம் தேவைப்படாதிருந்தன. எனது அலைச்சல்களில் உண்டான காயங்கள் தாமாகக் குணமாகின. எனது பார்வைகள் கூர்மையடையத்துவங்கி, எப்போதும் காய்ச்சலில் இருப்பது போல உடல் கொதித்துக் கொண்டிருந்தது.

பல மாதங்கள் கழிந்து ஊருக்குச் செல்கையில் அங்கு பஞ்சகாலம் வந்து எல்லாம் தலைகீழாகி விட்டிருந்தன. வீட்டைச்சுற்றிலும் வயல்வெளிகள் புதர்கள் அடர்ந்து கிடந்தன. கருவறையில் இருந்த புற்றுமண் குவியல் தனது ஈரத்தன்மையை இழந்து உலர்ந்து பெரிதாகியிருந்தது. மயில்களின் ஏங்கல்கள் எப்போதும் கேட்டபடி, வயல்நிலங்கள் வறண்டிருக்க, அவைகள் மொத்தமாக ஒழிக்கப்பட்டுவிட்டது போன்ற சந்தேகமேற்படும்படி இப்போது எங்கும் நாகங்கள் அலைவதில்லை.

வருடங்கள் கழிந்து அவர்கள் இருவரும் ஒருவர் பின் ஒருவராக என் காண் உலகு நீங்க, எனது உடலின் கொதிப்பு நிலை உச்சத்தை அடைந்திருந்தது. அதைத் தொடர்ந்து பல நாட்கள் உணவுண்ணாமல், எனது நினைவுகள் அனைத்தும் வெளிர்ந்து கொஞ்சம் கொஞ்சமாக காணாமல் ஆகி, உள்ளூர தீவிரமாகவே அவளது இருப்பையும், குரலையும் தேடி, எல்லா இடங்களிலும் பல காலங்களாக அலைந்துகொண்டிருந்தேன்.

அன்று நான் இருந்த அறையை விட்டு வெளியேறி வெகுதூரம் நடந்து மண்பாதையைக் கடக்கையில் சமுத்திரகாற்று ஒரு அழைப்புபோல முகத்தை வந்தடைந்தது. தொலைவில் அந்த நீலவெளி ஆர்ப்பரிப்போடு எழுந்துகொண்டிருக்க, கரையை அதன் அலைகள் வந்து வந்து மோதி, என்றுமில்லாத ஈர்ப்போடு கடல் என்னை அழைத்துக்கொண்டிருந்தது. அன்று சென்று கரையில் வெகுநேரம் நான் தனியே அமர்ந்திருக்க, அலைகள் பேரெழுச்சியோடு அமிழ்ந்து, எழுந்து அணைந்தன. சூரியமறைவில் அங்கிருந்து எல்லோரும் ஒவ்வொருவராக வெளியேறிச் செல்ல, இருள்வெளியில் குரல்கள் தேய்ந்து மறைந்து கொண்டிருந்தன.

கண்மூடி விழித்தபோது பின்னிரவாகியிருக்க, உடலில் அதிக அளவில் தோலோடு தோலாக ஒட்டியிருந்த மண் துகள்களை உதறியபடி எழுந்தேன். அம்மாவின் குரல் கேட்டது போலிருக்க, நான் நிதானிப்பதற்குள்ளாக பெரிய அலையொன்று என்னைப் புரட்டி ஒரு கணம் உள்ளே இழுத்துச் சென்றது. சட்டென நிலை குலைந்து, சமன் தடுமாறி என் மொத்த உடலும் நீரில் விழுந்து விட்டிருக்க, வெள்ளி அலைகள் நிலவின் ஒளியில் என் மீது புரண்டு கொண்டிருந்தன. உடனடியாகவே என் பார்வைகள் மங்கத் துவங்க, சுற்றிலும் ஏதேதோ ஒலிகள் கேட்டபடி, நிதானித்து எழுந்து தடுமாறியபடி அறைக்குத் திரும்பினேன்.

என் வாழ்வின் மிக வினோதமானதும், நம்ப முடியாததும் எல்லாவற்றையும் மாற்றியதுமான இரவது. அன்றிரவு ஒருகணம் கூட என்னால் உறங்க முடியவில்லை. உடல் முழுவதும் நடுங்கிக்கொண்டிருக்க, என்னைச்சுற்றி எல்லாமே சுழன்று கொண்டிருப்பதாக தோற்றம் கொண்டிருந்தது. உள்ளே எலும்புச் சேர்க்கைகள் அனைத்தும் தங்களுக்குள்ளாக நகர்வதுபோல தசைகள் இறுகியிருக்க, தோலின் எல்லா இடங்களிலும் பழுப்பு நிறத்தில் வரிவரியான சிராய்ப்புகள் போன்று உருவாகியிருந்தன. அதிகாலையில் ஆழ்ந்த தூக்கத்திற்கு அருகில் நான் சென்றிருக்கையில், தலையின் எல்லாப் பகுதிகளிலும் கடும் வலி உருவாகியிருந்தது.

அடுத்த சில நாட்களில் என் உடலெங்கும் தோல்கள் ஆங்காங்கே உரிந்துகொண்டும், நிறம் மாறியும் காணப்பட்டன. கொதிப்படைந்திருந்த உடலிலிருந்து கடும் நெடி வெளிப்பட பசியும், தாகமும் அறவே இல்லாதிருந்தன. எனது இளமைக்

காலங்கள் குறித்த நினைவுகள் திரும்பி எனது உடல்நிலை மேலும் தீவிரமடைய, காற்றில் அம்மாவின் குரல் கேட்டபடி, அன்று பல வருடங்களுக்குப் பிறகு ஊர் திரும்பிவிட நினைத்துப் புறப்படுகையில், உடல் வழக்கத்திற்கு மாறாக அதிகம் பலவீனமடைந்திருந்தது.

அரை மயக்கத்திலும், விழிப்பிலுமாக நாட்கள் கடந்து கொண்டிருக்க, நான் ஊருக்கு வந்து சேர்ந்த அன்று ஆடி மாதத்தின் உத்திராட வழிபாட்டு நாளுக்காக சுற்றியுள்ள கிராமங்களிலிருந்து மக்கள் கூட்டம் கூட்டமாக வரத்துவங்கி யிருந்தார்கள்.

அன்று இறுதி நாள் என்பதால் தெருவில் ஜனக்கூட்டங்கள் அதிக அளவில் இருந்தன.

தூசியடைந்து பல காலங்களாக யாரும் புழங்காத பின்வாசலில் அம்மாவின் சாயலில் வயதான ஒரு பெண் சுருண்டு படுத்துக் கிடக்க, வீட்டினுள் தரையெங்கும் மண்துகள்கள் உதிர்ந்து கிடந்தன. அவளது அறையின் இருண்ட மூலையில் புற்றொன்று உருவாகிக் கலைந்திருக்க, கூடத்தின் கற்தூண்கள் சிதைந்திருந்தன. வீட்டின் பின்னால் புதர்மண்டி, சுருங்கிவிட்டிருந்த வயல்வெளியில் தென்னைகள் காற்றில் அசைந்துகொண்டிருக்க, என் உடலிலிருந்து மேலும் கடுமையான நெடி வரத்துவங்கியிருந்தது.

நான் உள்ளே வந்து பழைய ரசம் போன கண்ணாடியில் பார்த்தபோது, கழுத்தினருகில் பச்சை நிறத்தில் இருந்த தோல்களனைத்தும் செதில்செதிலாகி நீலமாக மாறத் துவங்கியிருந்தன. கைகளின், கழுத்தின் தோல்கள் அனைத்தும் உரிந்து தாளாக மாறத்துவங்கியிருக்க, பேச முயன்றும் வார்த்தைகள் வரவில்லை. உடலெங்கும், ஆங்காங்கே வலி தோன்றி மறைந்தபடி இருக்க, குளிர்ந்ததரையில் படுத்த பிறகாக, ஒரு அடிகூட என்னால் நகர முடியவில்லை.

பஞ்சகாலத்திலிருந்து தங்களை மீட்க வேண்டியும், எல்லா வளங்களும் திரும்ப வேண்டியும் எல்லோரும் எழுப்பிய சப்தங்கள் தெருவெங்கும் ஊரெங்கும் உரத்துக் கேட்டுக் கொண்டிருக்க, முன்னிரவில் ஆவுடைத்தாயான கோமதியம்மா, கருவறையை விட்டு ஊருக்குள் வந்து விட்டதாக அறிவித்துக்கொண்டிருந்தார்கள்.

இரவு முழுக்க இசை கேட்டபடி இருக்க, தரையில் சுருண்டு பின்னிப்புரண்டு படுத்திருந்தேன். உடல் அசாதாரணமாக சில்லிட்டு இருக்க, அவ்வறையிலும், வெளியிலும் அம்மாவின் குரல்கள் கேட்பது போல இருந்தன. நள்ளிரவில், மையிருளில், கருவறையில் அவள் இருப்பதாகவே நினைத்துக் கொண்டேன்.

வருடங்களில் இல்லாத ஆழ்ந்த உறக்கத்தில் வலிகள் அனைத்தும் கொஞ்சம் கொஞ்சமாக உடலிலிருந்து விலகிக் கொண்டிருக்க, அவ்வளவு காலங்கள் வாழ்ந்த வாழ்வு கனவெனத் தோன்றிக்கொண்டிருந்தது.

எத்தனையோ காலங்களுக்குப் பிறகெனத் தோன்றிய சிறுவெளிச்சத்தில் நான் கண் விழித்த போது, எனது கால்கள் இரண்டும் உடலிலிருந்து சுருண்டு, மறைந்து, ஒன்றோடொன்று இணைந்து, முழுக்கவே வேறொன்றாக மாறியிருந்தன.

7
வல்லபம்

சித்தன் முதன்முதலாக எப்போது ஊருக்குள் வந்தான் என்பதைத் திட்டவட்டமாக அறிந்தவர்கள் இப்போது யாருமில்லை. சில காலங்களுக்கு முன்பாக, வடக்கில் ஆறுகள் ஓடும் மலைநாட்டிலிருந்து பல்வேறு பெயர்களில் ஒரே ஆளாக அல்லது ஒரே பெயரில் பல்வேறு ஆட்களாக அலைந்த ஒருவன் காடுகளைத் தாண்டி தனியே ஊருக்குள் வந்ததை இடையர்கள் பார்த்ததாகக் கூறினார்கள். அந்த நள்ளிரவில், ஏராளமான மாடுகள் கட்டப்பட்டிருந்த வெளிப்பிரகாரத்திற்கு முன்பாக கோவிலின் கோபுர நிலைகளை ஆச்சர்யத்துடன் பார்த்தபடி, தனக்குத்தானே பேசிக்கொண்டு, சடை சடையாக மயிர் வளர்த்த ஓர் இளைஞன், கருந்தோல் கொண்ட முகத்தில், உறக்கத்தின் சாயல் சிறிதுமற்று பிரகாசமான கண்களோடு நின்று கொண்டிருந்ததாகக் கூறினார்கள். அவனது வருகைக்குப் பின்பாக ஊருக்குள் பல மாற்றங்கள் நிகழ்ந்திருக்க, புதிதாக வந்தவனிடம் அவர்கள் வாழ்கிற உலகை மீறிய ஏதோவோர் ஆற்றல் இருப்பதாகவும், மேலும் வறட்சியான இக்காலத்தில், மற்ற ஊர்கள் கடுமையாக பாதிக்கப்பட்டிருக்க அவனது இருப்பால் மட்டுமே இந்த ஊர் இன்னும் நிலையழியாது இருக்கிறதெனவும் எல்லோரும் பேசிக்கொண்டிருந்தார்கள்.

உறக்கம் அதிகம் வந்திராத அந்த இரவின், இன்னும் முழுதாக விடிந்திருக்காத மங்கிய அதிகாலையில் இப்படி ஏதேதோ எண்ணங்கள் கலைந்து வந்துகொண்டிருக்க, பண்டாரசாமி

கண் விழிக்கையில், அவரது காளையின் குரல் இருண்ட வாசலிற்கு வெளியிலிருந்து வந்து அவ்வறையில் கேட்டார் போலிருந்தது. அக்கணமே உறக்கத்தின் இழை முழுமையாக அறுபட்டிருக்க, நிதானித்து எழுந்து, தலைமாட்டிலிருந்த விளக்கை கையில் எடுத்தபடி, மெதுவாக வீட்டின் பின்பாக பிரிந்து சென்ற இருண்ட பாதையினூடாக நடந்து, தொழுவில் அவர் நுழைகையில் சாணத்துடன் உதிரவாசம் வேறு வேறு நெடியுடன் கலந்து வெளியெங்கும் வந்துகொண்டிருந்தது. சிறியதும் பெரியதுமாக இரண்டு பழைய கலப்பைகள் சாத்தப்பட்டிருந்த மூலைக்கு அருகில் சென்று அவர் பார்க்கையில், கலைந்த வைக்கோல் பரப்பில், கர்ப்ப நிலையில் தலை மடக்கிப்படுத்திருந்த தளர்வடைந்த அதன் உடலெங்கும் மயிர் சிலிர்த்தபடி இருக்க, செவிகள் முற்றிலும் தாழ்ந்து, அந்துப்பூச்சிகள் அப்பிக்கிடந்த கண்கள் சிவந்து குழி விழுந்து கிடந்தன. முந்தைய இரவில் காடியில் கலந்து வைத்திருந்த நீர் அப்படியே இருக்க, அங்கு நின்றபடியே அவரால் அதன் மேல் மூச்சிலிருந்து வெளிப்படுகிற உஷ்ணத்தை உணர முடிந்தது.

பண்டாரசாமி தொடர்ந்து குரல் தந்துகொண்டிருக்க, வெகுநேரங்களுக்கு காளையிடம் எந்த அசைவும் இல்லா திருந்தது. சிறுவயது முதலே அவரைத்தவிர வேறு யாருக்கும் கட்டுப்படாத அது, கடந்த சில காலங்களாகவே ஊரெங்கும் இரையைத் தேடி உலாவியபடியே, இரண்டு நாட்களுக்கு முன்பாக ஏதோவோர் நோய் தாக்கினார் போல திகைத்த கண்களோடு படுத்துவிட்டிருந்தது. மூன்று முழு நாட்கள் கடந்து விட்டால் பிழைக்கலாம் என வைத்தியன் கூறியிருக்க, அருகில் உள்ள வேறு வேறு காடுகளிலிருந்து மீதமிருந்த தழைகளையும், காட்டுப் புற்களையும் அவர் தந்து கொண்டிருந்தார்.

வெளியில் இரவின் இருள் நீங்கி, ஒளி வருவதற்காக மாட்டின் அருகிலேயே அமர்ந்திருந்தவர், சில கணங்களில், அது தொடர்ந்து எழுப்பிய தீனமான முனகல் ஒலிகளைக் கேட்டவராக, பின் எழுந்து, தொழுவின் பின்னால் துவங்கிய வயலின் பாதையில் சில நிமிடங்கள் நின்று, அவர் முன்னிருந்த பழகிய பழைய இருளைப் பார்த்தபடி, மெதுவாகத் தாமாகவே முன்னோக்கி நடக்கத் துவங்கினார். அவர் நடந்து சென்ற காய்ந்த காட்டுப்புற்கள் மேவிய வாய்க்காலின் வழியெங்கும், காய்ந்து தீய்ந்து போயிருந்த கதிர்களின் வாடைகள் காற்றில் வந்து கொண்டிருக்க, மண்ணாங்கட்டிகள் பதிந்த வளைந்த

அந்த ஒற்றையடிப்பாதை மற்ற வயல்களினூடாக, ஊரின் எல்லையைத் தாண்டி அமைந்திருந்த வெட்டவெளியை நோக்கி நீண்டு சென்றுகொண்டிருந்தது.

அச்சித்தன் கடந்த காலத்தில் வடக்கில் போரிட்ட வீரனென்று சிலரும், மற்றவர் அவன் தனது வீட்டை மறுத்து அங்கிருந்து வெளியேறி பல காலங்களாக நாடு காடெங்கும் அலைந்தவனென்றும் கூறியிருந்தார்கள். அவன் வயது அதிகமென்றும் ஆனாலும் தோற்றத்தில் அவன் முதுமை அடையவில்லையென்றும், எப்போதும் ஏதேதோ இலைகளையும், வேர்களையும், தண்டுகளையும் தேடுகிறா னென்றும், எந்தக் காரணத்தின் பொருட்டோ இங்கு வந்திருக்கிறானென்றும் ஆளுக்கொருவராக கூறியிருந்தார்கள்.

ஊருக்குள் நுழைந்தவுடன் வெகு விரைவிலேயே அவர்கள் மீது அவன் எடுத்துக்கொண்ட உரிமை ஆரம்பத்தில் அவர்களை ஆச்சர்யப்படுத்தினாலும் காலத்தில் எல்லோருக்கும் அவனைக் குறித்த பயமொன்று உருவாகியிருப்பதை அவரால் அறிய முடிந்தது. ஊரில் சிலரிடம் அவன் அவ்வப்போது பேசி வந்தும், அவனது பேச்சுகள் எளிதில் பிடிபடாதிருந்ததாகக் கூறப்பட்டன. மேலும் அவனது செய்கைகளின், சொற்களின் விளைவுகள் அவனைப் பாதிக்காதென்றும், அதனாலேயே அவன் எல்லோரிடமும் கடுஞ்சொல் கொண்டு நடக்கிறா னென்றும் கூறியிருந்தார்கள். அவன் தன் அருகிலும், விலகியும் கடந்து செல்லும் எல்லோரின் அந்தரங்கமான எண்ணங்களையும் அறிந்து விடுகிறானென்றும், அவர்களது வாழ்வின் எல்லா செயல்களிலும் உடனிருந்தார் போல எல்லாவற்றையும் கவனித்துக்கொண்டிருக்கிறானென்றும் கூட அவர்களுக்குத் தோன்றியிருந்தன. கோவில்கள் ஏராளம் இருந்த ஊரின் தென்பகுதிகளெங்கும் பல காலங்களாக அலைந்து கொண்டிருந்தவன், இங்குதான் வாலையைக் கண்டேன் எனத் தவறாது எல்லோரிடமும் கூறியதுடன், இன்றுவரை ஆவுடையின் கோவிலிற்குள் ஒருமுறைகூட நுழையாமல் வெறுமனே கோவிலின் புற்று மணலை மட்டும் கொணர்ந்து வந்து கொண்டிருந்தான்.

பண்டாரசாமி அச்சித்தனை இரண்டு முறை மட்டுமே சந்தித்திருந்தார். கிணறுகள் அனைத்தும் நிரம்பியிருக்க, வாய்க்காலில் ஓடும் நீரின் அருகில் சிலையென இளைஞனின் தோற்றத்தில் ஒருவன் காற்றில் உறைந்து நின்று கொண்டிருப்பதை தொலைவிலிருந்தே பார்த்த அந்தப்பகலும்,

புன்னை மரக்காட்டின் நடுவாக காளையை அவர் தேடிச் செல்கையில், ஒரு முட்பாதையருகில், அதன் காது மடல்களை நீவியபடி கையில் ஓர் இலைக்கொத்தோடு இசைமையுள்ள அடிக்குரலில் தனக்குத்தானே எதையோ முணுமுணுத்தபடி அவன் அதனருகே நின்று கொண்டிருந்ததும், அவர் அருகில் சென்றும் அவன் மாட்டிடமிருந்து விலகாது தொடர்ந்து அதனுடன் பேசிக்கொண்டிருந்ததுமான மற்றோர் மங்கிய மாலையும். இரண்டு முறையுமே அவர் அவனிடம் பேச விரும்பியும், ஏதும் பேசியிருக்கவில்லை. அவன் குறித்த ஊரில் நிலவி வந்த கருத்துகள் வேகவேகமாக எதிர்மறையாக மாற்றமடைந்து வந்த காலமது. ஊரில் ஒருவர் காரணமற்று இளஞ்செடிகளை பறித்ததாகவும் அதை அவன் கண்டித்ததாகவும், பின்பாக அவர் எந்த முன் அறிகுறியும் இல்லாது நோயில் வீழ்ந்தாரென்றும், அதற்கு அவனே காரணமென்ற பேச்சுகள் அடிபடத் துவங்கியிருந்தன. மண்புழுவின் பாதையை அறிந்தே மறித்ததாக மற்றொருவனும், ஏராளமான மரங்களை காணாமல் போகச்செய்ததாக இன்னுமிருவரும் இதேபோன்று நோயில் அவனால் தான் வீழ்ந்தார்கள் என்றும் கூட எல்லோரும் கூறியிருந்தார்கள். அதன் பின்பாக வந்த உழவுக்காலத்தில், கோவிலருகே மேட்டில் அமர்ந்து, இன்னும் சில காலங்களில் மிகக்கடுமையான பஞ்ச காலமொன்று வரப்போவதாக போவோர் வருவோரிடம் அவன் கூறிக்கொண்டிருந்தான்.

இருள் கொஞ்சம் கொஞ்சமாக விலகத்துவங்கியிருக்க, புன்னை இலைகள், ஏராளம் உதிர்ந்து கிடந்த காட்டுப்பாதையைக் கடந்து சில தூரத்தில் ஊரின் இடுகாடு துவங்கியிருந்தது. அதைத் தாண்டிய சாம்பல் படிந்த பொட்டல்வெளியில் சுள்ளிகள், விறகுகள், குச்சிகள் சிதறிக்கிடக்க அதன் நடுவாக, தென்னை மற்றும் பனையோலைகளால் ஆனதொரு அமைவு அவர் கண் முன்னால் தெரிந்தது.

முந்தைய இரவில், உறங்கும் முன்பாக வெகுநாட்களுக்குப் பிறகு ஊரில் ஒரு நடை நடந்து, காளையின் நிலை பற்றி அவர்களிடம் கேட்ட போது, அவனை நெருங்கி அணுகுதல் வேண்டாமென அனைவரும் ஒரே போல் கூறியிருக்க, பண்டாரசாமி அந்த அமைவை முதன்முறையாகப் பார்த்தபடி, ஆள்நடமாட்டமற்ற சருகுகள் நிறைந்த அந்த பழுப்பு வெளியில் நுழைகையில், அமைவின் நுழைவாயிலுக்கு அருகில் நாகமொன்று பொற்படம் எடுத்து விரித்திருந்தார்போல நின்று

கொண்டிருப்பதைக் கண்டார். கடைசியாக நாகமொன்றைப் பார்த்துப் பல காலங்கள் ஆன ஆச்சர்யத்துடன் அவர் அதை நோக்கி நடந்து, அருகில் சென்றவுடன் சருகுக்கூட்டம் ஒன்று, அது ஒரு நாகம் உகுத்த தோல் போல காற்றில் அசைகிறது என்பதைக் கண்டார்.

அண்ட நிற காகங்கள் எழுப்பிய சப்தங்கள் தொடர்ந்து உரத்து ஒலிக்க, அந்த குளிர்ந்த கரு இருளடைந்த அந்த சிறிய அமைவு உள்ளே பல அறைகளாக விரிந்து சென்றார் போன்ற தோற்றத்தையளித்தது. அவர் சுற்றிலும் பார்க்க, செம்மண்ணில் ஏராளமான கட்டெறும்புகள் வரிசையாக எல்லாத் திசைகளிலிருந்தும் வந்துகொண்டிருந்தன. புறாக்களின் எச்சங்கள் படிந்த கருங்கற்கள் ஆங்காங்கு அமைந்திருந்த புற்களில் கோழிகள் சப்தமெழுப்பிக் கொண்டிருக்க, மேலே மயிலொன்று தோகை மடக்கி அமர்ந்திருந்தது.

எதிரில் தெளிவற்ற இருளினூடாக, சற்று நேரத்தில் சிறிது வெளிச்சம் ஒன்று புள்ளியாகத் தெரிய, பண்டாரசாமி தயங்கியபடி உட்செல்கையில், ஏராளமான பூச்சிகளின் முன்னும் பின்னுமான நடமாட்டங்களோடு அவர் வந்தடைந்த முதல் அறை அதிகம் பயன்படுத்தப்படாதிருந்தது. மௌனமாக அவர் அந்த அறையைக் கடக்க, அதற்கடுத்திருந்த அறையில் ஏராளமான மரக்குடுவைகள், மண்பானைகள் சிதறிக்கிடந்தன. அவற்றில் மேல் வரையிலுமாக விதவிதமான வேர்த்தண்டுகள், விழுதுகள், காய்ந்த இலைகள், நார்கள், சிறிய, பெரிய அளவிலான விதைகள், காய்கள், புற்கள், முட்கள், பட்டைகள் சேகரிக்கப்பட்டிருந்தன. சாம்பல் புறாக்களும், வௌவால்களும், கிளிகளும், குயில்களும் உருவாக்கும் சப்தம் அந்த அறையின் இருளில் தொடர்ந்து கேட்டுக்கொண்டிருக்க, அவர் வந்தடைந்த மூன்றாவது அறையில், புற்று மணல் குவிக்கப்பட்டு, தாவரங்கள், மூலிகைகள் அறையின் தரைகள், சுவர்களென கூரை வரை தலைகீழாகப் படர்ந்திருந்தன. அந்த அறையின் மண்தரையில் வில்லைகள் சிதறி, சாறுகள் உலர்ந்திருக்க, அடுத்த அறையில் விறகுகளும், வரட்டிகளும் அடுக்கப்பட்டு, அதிக அளவில் உப்பு தரையெங்கும் கொட்டப்பட்டுக் கிடந்தது. பறவைகளின் இறகுகள் ஆங்காங்கே உதிர்ந்து கிடக்க, அந்த அறையில் தொலைவிலிருந்து ஏதோவொன்று அருகில் வருவதுபோன்ற மிக மெலிதான ஒலியொன்று தொடர்ந்து கேட்டபடி இருந்தது. அடுத்த அறையின் நடுவே வெளிர் வெள்ளி நிறத்திலான

ஒரு மங்கிய ஒளி மட்டும் கூரை வழியாக தரையில் விழுந்து முன்னும் பின்னுமாக அசைந்துகொண்டிருந்தது. தரையில் கற்களால் உருவாக்கப்பட்ட சக்கரங்கள் போன்ற அமைப்புகள் தென்பட்டன. வான் கிரகங்கள் அனைத்தும் வரிசையாகக் குறிக்கப்பட்டிருக்க, அதற்கு நடுவாக கரிக்கோடுகளால் மனித உடலின் உருவவறைகள் பல்வேறு இடங்களில் அம்புக் குறியிடப்பட்டு வேறு வேறு கோணங்களில், வேறு வேறு வடிவங்களில் வரையப்பட்டிருந்தன. மூலையில் மூன்று நிறத்தாலான பூக்கள் காய்ந்து சருகாகிக் கிடக்க, அவர் தொடர்ந்து முன் செல்ல ஏதோ ஓர் ஓசையின் எதிரொலிகள் மீண்டும் மிக அருகாக கேட்டுக் கொண்டிருந்தது.

பண்டாரசாமி அமைவின் கடைசி அறையின் வளைவில் நுழைகையில், அந்த அறையின் நடுவாக வைக்கோல்களுக் கிடையில் செங்கற்கள் மற்றும் பல நிறத்தாலான வேறு வேறு நிற, வகை கற்கள் தரையெங்கும் வட்ட வடிவில் அடுக்கப் பட்டிருந்தன.

அதைச்சுற்றி செம்மண் ஏராளமாக குவிக்கப்பட்டு கிடக்க, அதன் நடுவில், அச்சித்தன் போன்ற இளைஞன் ஒருவன் கண்மூடி அமர்ந்திருந்தான். அவனைச் சுற்றிலும் வேறு வேறு அளவிலான கருங்கற்கள் வேறு வேறு கோணங்களில், சக்கர வடிவில் அடுக்கப்பட்டிருந்தன. அதில் ஒன்றில் வைர நிறத்திலான அடர் துளி ஒன்று முன்னும் பின்னுமாக அசைந்துகொண்டிருந்தது.

அதன் நடுவில் அமர்ந்திருந்த அவனை அவர் கவனிக்கையில், காயங்கள் ஏராளம் ஏற்பட்டு ஆறி உலர்ந்து போன அவனது உடல் இரும்புத்தூண் போல கருமையான நிறத்தில் விரைத்துக் காணப்பட்டது. அவ்வுடலிலிருந்து மூச்சு வெளியேறுவதைப் போலத் தெரியவில்லை. மாறாக அவ்வுடல் பல மணி நேரங்களாக அசைவுற்றிருக்காத, எடையற்றதாகி காற்றில் மிதக்கும் ஒன்றைப் போலிருந்தது. அவர் கடந்த அறைகளைக்காட்டிலும், அந்த அறையில் வெப்பம் அதிகமிருக்க, அவரை மீறி அவ்விடத்தில், அவரால் அவரது உடலில் ஒருவித நடுக்கத்தையும், தன் மூச்சு ஒவ்வொன்றாக வெளியேறுவதையும், உடலின் சில பகுதிகள் தானாக துடித்துக்கொண்டிருப்பதையும் உணர முடிந்தது.

சிறு கணமெனவே தோன்றிய, ஆனால் பல நிமிடங்கள் கழிந்து மணற்குவியலின் நடுவிலிருந்து அச்சித்தனின் உடல்

அசைந்த போது, அவர் கண் முன்னால் அவனது உடலின் ஒளி வெண்மை குறைந்து தன் இயல்பு நிறத்திற்குத் திரும்பியது.

கண்களை அகலத்திறந்த அச்சித்தன் அவரை ஒருகணம் மட்டுமே பார்த்தான்.

அப்பார்வையில் ஏதோவோர் ஒளி மிகுந்திருக்க, பண்டாரசாமி அவரது காளையின் நிலையை, அவருடைய தனிமையான வாழ்வை, வறட்சியின் தீவிரம் வெயிலெனஅதிகரித்துக் கொண்டிருக்கும் சமீப நாட்களை, இயல்பு மாறிச் சென்று கொண்டிருக்கும் எல்லோரதுப் பேச்சுகளை, செய்கைகளை என ஏதேதோ பேச நினைத்தார்.

அவனது விரிந்த கண்கள் நிலை குத்தி அவரையே பார்த்துக் கொண்டிருக்க, அவரிடமிருந்து வார்த்தைகள் எதுவும் எழவில்லை.

அவன் அவரை மேலும் ஒருகணம் பார்த்தவனாக, எழுந்து அவரிடம் ஒரு வார்த்தை கூடப் பேசாது, அவரைக்கடந்து அந்த அறையின் மூலையை அடைந்து அங்கிருந்த சக்கரங்களை இடம் மாற்றி அடுக்கினான். பின் சில நிமிடங்களில் அறையிலிருந்து அவர் கண் முன்னாலேயே மிதந்தாற்போல நடந்து, வெளியே இருளில் சென்று மறைய, சில நொடிகளில், முன்நுகர்ந்திராத ஏதோவோர் தாவர வாசனை தீவிரத்தோடு அந்த அறைகளின் நடுவாகப் பரவி, தொடர்ந்து அதன் நெடி கடுமையாகிக்கொண்டே சென்றது.

பல நிமிடங்கள் கழிந்து, அச்சித்தன் மீண்டும் அந்த இடத்திற்கே மீண்டும் வந்து, அவரை ஏறிட்டும் பார்க்காது, மீண்டும் கண்மூடிய நிலையில் அமர்ந்தான்.

அவனது முகம் அவர் உள்ளே வந்த போது பார்த்த முகமாக அல்லாது வேறு ஒரு முகமாக தெரிய, பண்டாரசாமி காளையை நினைவுகூர்ந்தவராக, மேற்கொண்டு எதுவும் பேசாமல், வாசலை நோக்கித் திரும்பிய போது, அவர் கண் முன்னால் இருந்த சிறிய துளை வழியாக ஆகாயத்தில் கோவிலின் கோபுரமும், ஆவுடையின் சந்நிதியும் வேறு கோணத்தில் தெரிந்துகொண்டிருந்தது.

இருண்ட அந்த அறைகளினூடாக அவர் திரும்பி நடக்கையில் எல்லை வரைவுகளற்ற அந்த அறைகள் அனைத்தும் அரைவட்ட வடிவங்களாகத் தெரிய, அவர் மீண்டும் வாசலிற்கு

வந்து, மெதுவாக முன் நடந்து, அங்கிருந்து வெளியேறுகையில், அவர் முன்னால், ஒரு நாகம், பொட்டல் வெளியில் ஊர்ந்து, ஊரிருந்த திசை நோக்கிச் சென்றுகொண்டிருந்தது.

பண்டாரசாமி மீண்டும் வயல்வெளியினூடாக நடந்து கொண்டிருக்கையில், பாதையெங்கும் பல நாட்களுக்குப் பிறகாக காற்று முழுவதும் ஒரு தாவர வாசனை மெதுவாக பரவிக்கொண்டிருப்பதை உணர்ந்தார்.

காலையின் மென் ஒளி படர்ந்த, தொடுவானம் வரை நீண்டிருந்த, காய்ந்த வறண்ட வயல்வெளிகளைப் பார்த்தபடி, வழி தவறியவராக, அதிகம் நடமாட்டம் இல்லாத ஊரின் தெருக்களினூடாக நடந்து, யாரோடும் பேசாமல், வழக்கத்திற்கு மாறாக வீட்டினுள்ளும், அறைகளினூடாகவும் பரவியிருந்த தாவர வாசனைகளைக்கடந்து, சில நிமிடங்களில் மீண்டும் தொழுவினை சென்றடைந்தார்.

அங்கு அவரது காளை, அவரது விழித்த கண்களின் முன்னால், தனது நான்கு கால்களிலும் எழுந்து நின்றபடி, காடியிலிருந்த நீரை முகர்ந்து குடித்துக்கொண்டிருந்தது.

8
திரும்புதல்

செவலுக்கு மேற்கில் தென்மலை நோக்கி விரிந்திருந்த காடுகளில் கூட்டமாக மேய்ந்துகொண்டிருந்த மாடுகள் அனைத்தும், ஊர் திரும்பும் வேளை, சுற்றி வளைக்கப்பட்டு, காட்டைத் தாண்டிய மலையின் குறுக்குப்பாதை வழியாக அவர்களின் பாளையத்துக்கு கொண்டு செல்லப்பட்டதை, மற்றுமொரு பகல்பொழுதின் முடிவில் அறிந்து கொண்டோம். எண்ணிக்கையில் குறைவாக மட்டுமே இருந்த ஆட்கள் அவைகளை மேய விட்டுவிட்டு, நீரருந்தச் சென்று திரும்புகையில், அவர்கள் பார்த்த புழுதிப் புகையில், தொலைவில் கேட்ட மணிச்சப்தங்களில் அன்று அவர்களில் பதினைந்து பேராவது அங்கு வந்து சென்றிருக்க வேண்டுமெனத் தெரிந்தது.

மிஞ்சிய மாடுகளை உடனடியாக மீட்டு மந்தையில் அடைத்துவிட்டு, கரட்டுப்பாதை வழியாகப் பதற்றத்துடன் திரும்பிக்கொண்டிருக்கையில், செவலில் இப்போது யாருமில்லாமல் கோட்டை காலியாகியிருப்பதை அறிந்தே அவர்கள் இதைச் செய்திருக்க வேண்டுமெனவும், அவர்களுடனான இத்தனை வருடப்பழக்கத்தில் இதை நாம் முன் கூட்டியே எதிர்பார்த்திருக்க வேண்டுமென என்னிடம் வீரபத்ரன் கூறிக்கொண்டே வரவும், இருவரை அவர்களைப் பின்தொடர விட்டு, நாங்கள் வழக்கமாகக் கூடும் சுனைக்கு நேரடியாகச் சென்றோம். நாங்கள் நடந்து சென்ற மண்பாதை ஏராளமான காலடித்தடங்களோடு இருக்க, அங்குசென்று சேர்கையில், செடிகள் சுற்றிலும் காற்றில் வேகமாக அலைந்தபடி, சுனையின் மேற்பரப்பு அசைவற்றிருந்தது. எதிர்க்கரையின் மணல்வெளிகள் வீழ்ந்து சரிந்து கிடக்க,

இரவோடு இரவாக ஏதாவது செய்தாக வேண்டுமெனவும், இல்லையெனில் நிலைமையை கைக்குள் எடுத்துக்கொண்டு அவர்கள் ஊருக்குள்ளேயே கூட வந்திடக்கூடுமென வீரபத்ரன் தெரிவித்தான். எல்லையிலிருந்த கோவிலிற்கு அருகில் நாங்கள் பிரிவதென முடிவு செய்தோம். எல்லோரும் அன்று பகலில் களத்திற்கு கிளம்பிச் சென்றிருக்க, ஆட்களில் சிலராவது மிஞ்சியிருக்கலாமெனவும், அவர்களை தான் பின்தொடரப் போவதாகவும் என்னை அவர்களில் யாரையாவது அழைத்து வரும்படியும் கூறி, தொலைவில் அவன் என்னை விட்டுப் பிரிய, நான் நேரடியாக அடிவாரத்திற்குச் சென்றேன்.

நான் படையில் சேர்ந்து சில நாட்களே ஆகியிருந்தன. அடிவாரம், ஊரின் தெற்கு எல்லையிலிருந்து துவங்கிய பாதையை விட்டுப் பல தூரங்கள் விலகிய அடர்ந்த காட்டின் மத்தியிலிருந்தது. எப்போது வேண்டுமானாலும் மூளலாமென போர் பொருட்டு வீரர்கள் அங்கு கூடாரமடித்துத் தங்கியிருந்தார்கள். பூலி இல்லாத நேரமென்பதால், அதிக பாதுகாப்போடு குறுக்குப்பாதையில் விரைவில் சென்று சேர்வதற்கான வழிகள் காட்டினூடாக அமைக்கப்பட்டிருந்தன.

அக்காடுகளினூடாக மங்கிய கோடு போலச் சென்ற அந்த ஒற்றையடிப்பாதையின் வழியாக, அங்கு நான் சென்று சேர்கையில், ஆள் நடமாட்டமில்லாது கரும்பாறைவெளி வெற்றாகக் காட்சியளித்தது. தொடர்ந்து நான் எழுப்பிய சப்தங்கள் காற்றில் எதிரொலிக்க, அவ்வெளியெங்கும் மண் கலயங்கள், காய்ந்த விறகுகள், சுள்ளிகள், இன்னும் அணையாது எரிந்து கொண்டிருந்த கங்குகள் கலைந்து சிதறிக் கிடந்தன. கீழே விழுந்து ஒடிந்து கிடந்த சில முனை மழுங்கிய ஈட்டிகளையும், பழங்கட்டாரிகளையும் கடந்து செல்கையில் அடிவார உட்குகை முதல் மலையின் தொலைதூர தொடுவானம் வரை காலியாக இருந்தது. தொடர்ந்து நான் குறுக்குப் பாதையில் மலையைச் சுற்றி நடந்து அதன் பின்னால் அமைந்திருக்கும் சிறு குளத்தை அடைந்தேன். அந்தியின் கருமேக நிழல் படிந்து அமைதியாக இருந்த அதை விட்டு திரும்ப எத்தனிக்கையில், அதன் கரையில் ஒரு சிறிய அசைவும், யாரோ ஒருவர் நடமாடும் சப்தங்களும் கேட்க, சற்றே பார்வை ஊன்றி நான் பார்க்கையில் கரையருகே ஒருவன் மட்டும் நின்றிருந்தான்.

அவன் யாரென்று உடனடியாக அடையாளம் தெரியாதிருந்தும், அவனது உடலின் அசைவுகள் ஒரு இளந்தாரியின்

தோற்றத்தைக் காட்டியது. நான் அருகில் செல்ல, திரும்பிப் பார்த்த அவனது முகம் உடனடியாக நினைவு கூற முடியாத ஆனால் பரிச்சயம் கொண்ட செவலின் யாரோ ஒருவரின் சாயல்களைக் கொண்டிருந்தது. புழுதி படிந்த கால்களில் செப்பு கழலொன்றோடு அவன் கிழிந்த வெள்ளைத் துணியொன்றை உடலில் தனது கையினையும், இடுப்பினையும் இணைத்துத் தோளோடு அரைகுறையாகக் கட்டியிருந்தான். அத்துணியின் சிவந்த கறையையும், ஆங்காங்கே கீழே காய்ந்து உலர்ந்து படிந்திருந்த ரத்தத் துளிகளையும் பார்த்தேன். புழுதி நிறைந்த அவன் முகம் மீண்டும் மீண்டும் என் முகத்தையும், என்னைச் சுற்றியும், நான் வந்த திசையின் தொலைவு வரையும் பார்த்துக்கொண்டிருந்தது. சில கணங்கள் என்னையேத் தொடர்ந்து பார்த்தவனாக இருக்க, நான் காளைகள் கடத்தப்பட்ட செய்தியைக் கூறினேன். அவனது இருண்ட முகம் மென் அதிர்ச்சி தவிர்த்து எவ்விதமான மாற்றங்களையும் காட்டவில்லை. எவ்வளவு வேகமாக இயலுமோ அவ்வளவு விரைவாக கிளம்பலாமென நான் கூற, அவன் என்னை நோக்கி தலையசைத்தவாறு வந்தான். கீழே சிதறி ஒடிந்துகிடந்த சில நீண்ட வலிய இளங்கம்புகளை எடுத்துக்கொண்டேன்.

சரல்கற்கள் வேகவேகமாகச் சரிய அடிவாரத்திலிருந்து இறங்கி, சில கல் தூரம் நடந்து, செவலைத் தாண்டுகையில், இரவு தொலைவில் இருந்து இன்னும் அருகில் வராமலிருந்தது. அவன் ஊரின் மொத்தப் பரப்பையும் கண்கள் அகல விரிந்து பார்த்துக்கொண்டிருந்தான்.

செவலிலிருந்து, அதுவும் படையிலிருந்து, அவன் வயதிலிருந்த ஒருவன் என் உடனிருப்பது எதை வேண்டுமானாலும் நிகழ்த்தி விடலாமென்கிற தைரியத்தை அளித்தது. நன்கு நிதானித்தபடி, நினைவில் இருந்த பனைமரங்கள் நிறைந்த அடர்காட்டின் திசைநோக்கி நடந்தேன். அவன் என்னை இரண்டடிகள் இடைவெளிவிட்டுப் பின்தொடர்ந்தான். நான் பனைமரக்காட்டை நெடுகில் கடந்து, தொடர்ந்து நேரடியாக மேற்கு நோக்கி செல்லத் துவங்கினேன். மெல்லிய இருளினூடாக பல தூரங்களைக் கடந்து துவங்கியிருந்த புன்னை மரங்கள் சூழ்ந்த காடருகில் வருகையில் மாடுகளின் கால்குளம்படிப் பதிவுகள், அங்கு தனியாகப் பிரிந்து வளைந்து சென்ற பாதையில் தென்பட்டன.

நான் திரும்பிப் பார்க்கையில் செவல் தொலைவில் மையம் கலைந்த புள்ளியாகத் தெரிந்துகொண்டிருக்க, அவன்

களைத்தவன்போல சுற்று முற்றிலும் பார்த்தபடி மெதுவாக நடந்து கொண்டிருந்தான். நான் காத்திருக்க, அவன் அருகில் வந்து சேர்ந்த சில நொடிகளிலேயே, முதுகழுகொன்று தொலைவிலிருந்து பறந்து எங்களை வேகமாகக் கடந்து செல்ல, கணங்களில் இரவின் இருள் எங்களை மூடியது.

என் முன்னால் தெரிந்த காட்சிகள் அனைத்தும் மங்கலாகி, பாதையின் தெளிவுகள் குறைந்தன. காற்றில் அசையும் இலைகளின் ஒலிகள் மெலிதாகின.

செவல் முழுக்கவே பார்வையிலிருந்து மறைந்திருக்க, நிலவொளியினூடாக நிழலென இருந்த பழைய யானைப் பாறையை அருகில் நெருங்கியிருந்தேன். அப்போது அவனது நடைகள் வேகமடைந்து, என்னருகில் வந்து, எனை மேற்சென்று பின் என்னைத் தாண்டி நின்றன. புதரடர்ந்த வெளியெங்கும் சில்வண்டுகள், மற்றும் இரவுப்பூச்சிகளின் ஒலிகளினூடாக சிறு சிறு வெளிச்சங்கள் ஆங்காங்கு உருவாகியிருக்க, அவன் சட்டென வேறு ஒரு திசையில் நடக்கத் துவங்கினான்.

அவ்வப்போது பின்னால் என்னைப் பார்த்தபடி அவன் செல்ல, சிறிது நேரத்தில் அத்திறந்த வெளியில், குளிர் கொண்ட காற்றில், திசையெங்கும் நிழல்வரையென மலைகளை நோக்கியபடி, அவன் பின்னால் சென்று, விரைவில் நரிகள் நடமாடும் பனைமரங்கள் நிறைந்த சமவெளியொன்றைக் கடந்தோம். அதன் முடிவில் ஒரே ஒரு பெண் பனை மட்டும் முட்பாதையினூடாக மணற்மேட்டின் மேல் குத்திட்டு நின்றது. அவன் அதை எளிதாகக் கடந்து செல்ல, நான் அம்மேட்டின் மீதில் மெதுவாக ஏறினேன். இறங்கினேன்.

அவன் இப்போது சற்றுவேகமாகவே செல்ல பல காதங்களுக்கு வேறு வேறு அளவிலான நூறு நூறு சிறிய மற்றும் பெரிய மேடுகளை நாங்கள் கடந்து சென்றோம்.ஒரு காட்டு விலங்கின் நிதானத்தோடு பாதையைப் பழகி அறிந்தவன் போல அம்மேடுகளை வாகாக் கடந்து சென்றவனை நான் பின்தொடர்ந்தேன். சில முறை அவன் கால் வைத்த அதே இடங்களில் நான் கால் வைத்தேன். ஈரமற்ற அம்மேடுகளை நாங்கள் கடந்து செல்கையில், சிலவற்றில் வெண்பாம்புகள் மற்றும் தெண்டில்கள் எங்களைக் கடந்து கீழே அடர்ந்து புதைந்திருந்த செம்மண் வளைக்குள் சென்றன. சிலவற்றில் சில சிறிய விலங்குகள் எங்களை விட்டு விலகி இருளுக்குள் சென்று மறைந்தன. அம்மேடுகளுக்கு இடையேயான மணற்பாதைகள்

அனைத்திலும் மாடுகள் சென்றிருந்ததற்கானத் தடயங்கள் இல்லாமலிருந்தது என்னைக் குழப்பத்தில் ஆழ்த்தியது.

எண்ணிக்கையில் அறுதியற்று இருந்த அம்மேடுகளைக் கடந்து பாழ்நிலமொன்றிற்கு நாங்கள் வர, என்னால் அங்கிருந்தே நிலவின் வெளிச்சத்தில், இருள் மூடியவாறிருந்த ஏராளமான மண் மற்றும் கூரை வீடுகள் கொண்ட ஊர் தொலைவில் துவங்குவதைப் பார்க்க முடிந்தது.

அவன் என்னைக் கடந்து முன்னால் நடந்து சென்று எல்லையருகே காத்து நின்றிருந்தான். நான் அவனை நெருங்க, என்னை அங்கேயே காத்திருக்குமாறு கூறியவன், அவனது காயத்திலிருந்து ரத்தத்துளிகள் அவ்வப்போது கீழே விழ, சுற்றி முற்றிலும் பார்த்தபடி, என் முன்பாக நடந்து, பின் சற்றே நிதானமாக ஓடி மிகச்சிறிய தெருவொன்றின் இடுக்கில் சென்று மறைந்தான்.

அவ்வப்போது நரிகளின் ஊளைகள் கேட்டபடி, உடைந்த கள் கலயங்கள் தெருவெங்கும் சிதறிக் குவிந்து கிடந்த, பெயர் அறியாத அந்த ஊரின் எல்லையில் அவனுக்காக காத்தபடி நின்றிருந்தேன். சில நிமிடங்ளுக்குப் பின்பாக அந்தச் சாமத்தில் ஊருக்குள் கதவுகள் திறக்கப்படும் சப்தங்கள் கேட்டன. தொடர்ந்து வேறு வேறு கதவுகள் வேறு வேறு இடங்களில் திறந்து மூடப்படுவதும், பிறகு யார் யாரோ பேசுவதுமான தெளிவற்ற குரல்கள் கேட்டபடி இருந்தன.

பல நிமிடங்கள் கழிந்து, யாரோ என் திசை நோக்கி நடந்து வருவதாக உணர்ந்தேன். நான் ஊன்றிப் பார்க்கையில் அவன் தான்.

என்னை நோக்கி வருகையிலேயே, குனிந்து நிலத்திலிருந்து கையில் மண்ணெடுத்து அக்காயத்தில் பூசியவாறு அவன் வந்தான்.

அந்த நள்ளிரவில் அவனது செயல்களைக் கண்டு நான் கேட்ட கேள்விகள் எதற்கும் அவன் பதில் கூறவில்லை. மாறாகத் தொடர்ந்து என்னை வேகமாக அந்த ஊரின் எல்லையை நோக்கி அழைத்துச் சென்றான். போகும் வழியில் பூக்கள் உதிர்ந்து வாடிய மாலைகளும், விலங்கு ரத்தங்களும் எல்லாத் தெருக்களிலும் தென்பட, நான் சுதாரிப்புடன் அவனைப் பின்தொடர்ந்து சென்றேன். நான் பார்க்கையில் அவ்வூரின் எல்லா வீடுகளும் மௌனத்தின் ஆழத்தில்

உறைந்திருந்தன. அவைகள் பெரும்பாலும் ஆளில்லாத வீடுகளாகக் காணப்பட்டன.

அவ்வூரை விட்டு நாங்கள் பிரதானப்பாதைக்கு வந்து சிறிது தூரமும், நேரமும்தான் கடந்திருக்கும். எனது கையைப்பற்றி, அதை அழுத்தி, பின் கையை விட்டபடி சட்டென அவன் மெதுவாக நடந்து, பின் வேகமாகவே செல்லத்துவங்கினான். அவனது திடீர் மாற்றம் உருவாக்கிய அதிர்வில் நான் திரும்பிப் பார்த்தேன். கையில் வேல் கம்புகளோடும், கூர் ஆயுதங்களோடும் இரண்டு மூன்று நிழல்கள் தொலைவில் எங்களை நோக்கி வந்துகொண்டிருந்தன.

அவன் என் முகம் பார்த்து தலையை இடதும் வலதுமாக அசைக்க, ஓடிய அவனை வேகமாகத் தொடர்ந்தேன். அங்கிருந்து ஒரு கல் தொலைவில் கீறல்கள் நிறைந்த வறண்ட மணற்பாதையொன்றின் குறுக்காக முட்புதர்கள் நிறைந்த ஒரு பாதையற்ற காட்டு வெளியில் அவன் நுழைய, நானும் அதனூடாகப் பின் சென்றேன்.

அவ்வப்போது என்னைப்பார்த்தபடி, அங்கு அவன் தாவி ஓடிய வாகு, லெக்கு, திசை அவனுக்கு அவ்விடம் நன்கு பரிச்சயமானதைப் போன்ற ஒன்றைப் போலத் தோன்றியது.

அப்பாதை முழுதாக வளைந்து முடிந்து திரும்புகையில், சட்டெனத் தெரிந்த பிரமாண்டமான அந்த மலையடுக்கைப் பார்த்தேன். அன்றைய அலைச்சலில், முதன்முறையாக எதிர்ப்பாளையத்தின் எல்லைக்குள் நான் இருப்பதை அக்கணத்தில்தான் முழுதாக உணர்ந்தேன்.

பல நேரங்களுக்குப் பிறகாக அவனும் நானும் தோட்டங்கள் நிறைந்த காட்டின் அடர்ந்த பகுதிக்குச் சென்றோம். சிறு சிறு அடுக்குகளாக வேறு வேறு திசைகளில் பிரிந்து சென்ற அதனுள்ளாக புகுந்து சென்று இறுதியில் கிணறொன்றை வந்தடைந்தோம். நான் அதனருகில் செல்ல அவன் அப்பாதையின் திசையில் அவ்வப்போது நின்றபடியே தொலைவு வரை பார்த்துக்கொண்டிருந்தான்.

செவலின் களத்தில் இருந்தவனின் அன்றைய இரவுச் செய்கைகள் அனைத்தும் எனக்கு ஆச்சர்யமூட்ட, அக்கிணற்றின் அருகில் வெகு நேரம் நாங்கள் நின்றிருந்தோம். அவ்வப்போது கேட்ட ஆந்தைகளின் ஒலிகள் எங்கள் மௌனத்தைக் கலைத்தபடி இருந்தன.

தான் அணிந்திருந்த துணியொன்றையே மீண்டும் கிழித்து, காயத்தைச் சுற்றி அவன் கட்டிக்கொண்டிருந்தான். நான் அங்கேயே நின்றிருக்க, வந்த பாதையைத் தொடர்ந்து பார்த்தவனாக, மறக்க முடியாத அந்த இரவின் வார்த்தைகளை, எவ்வித கோர்வையுமின்றி, தான்தோன்றியாக அவன் பேசத் துவங்கினான்:

"இன்றிலிருந்து சுமார் நூறு ஆண்டுகள் பின்னால் செல்லும் எனது குடும்பத்தில் என் தாய்வழிப் பாட்டியானவள், பழைய நெற்கட்டாஞ்செவலான ஆவுடைபுரத்தைச் சேர்ந்தவள். எனது தந்தை வழியில் வந்தவர்கள் அனைவரும் இந்த காட்டைச் சேர்ந்தவர்கள். செவலிலிருந்து மணமுடிந்து இங்கு வந்த பிறகாக என் பாட்டிக்கு வந்த ஊரைப் பிடிக்காமல் போக பல முறை இங்கிருந்து நிரந்தரமாகவே செவலுக்கு செல்ல நினைத்தாள். காலங்கள் சென்ற பின்பாக இரண்டு ஊர்களும் எதிரெதிராக மாறிய காலத்தில் வாழ்வின் இரும்புப் பிடியிலிருந்து தப்பமுடியாமல், இங்கேயே இறுதி வரை இருந்து மறைந்தாள். ஆனாலும் என் அம்மாவிற்கு தன் தாயின் ஊரிற்கு செல்லும் ஆசை விடாமல் இருந்து கொண்டிருந்தது. அவள் தன் அம்மாவிடம் கதைகளாகக் கேட்டிருந்த அதன் சுனைகளும், தோட்டங்களும், வயல்களும், மலைகளும், கோவில்களும் எப்போதும் நனவிலும் அவளைத் தொடர்ந்து கொண்டேயிருந்தது.

கடந்த சில காலங்களாக நம் பாளையங்களுக்குள் ஏற்பட்ட இந்த நிலை காரணமாக, அவள் உடல் காரணமற்று நலிவுற்றது. தன் வாழ்நாளில் இறுதி வரை இதனால் வாதைப்பட்டு வந்தவளின் மகனான நான் பாளையத்திற்கான படையில் சேர்ந்த நாளன்று, இது அனைத்தையும் அவள் எனக்குக் கூற, அன்று நான் அடைந்த உணர்வை விளக்க இப்போது வார்த்தைகள் எனக்கு போதுமானதாக இல்லை. அதற்கு பின்பாக சுற்றிலும் பல்வேறு தளவாடங்களுக்கும், பகுதிகளுக்கும் சென்று வந்த போதும் மனதின் ஆழத்தில் போர் ஒரு போதும் ஏற்பட்டு விடக்கூடாதென்ற நினைப்பே என்னைப் பின் தொடர்ந்தது.

சில காலங்களுக்கு முன்பாக அதற்கான அறிகுறிகள் தென்பட்ட போதே நான் மிகக்கலக்கமடைந்தேன். இங்கு யார் யாரிடமோ எவ்வளவோ வழிகளில் பேசியும், இப்போர் வரப்போவதை தவிர்க்கமுடியவில்லை. என் அம்மா துன்பப்பட்டு மறைந்து சில காலங்கள் ஆகிறதெனினும் நான் நேற்று படையோடு

செவலுக்கு முதன்முறையாக வந்தேன். என் மூதாதைகள் நடமாடிய அந்த நிலத்தில் கால் வைத்த போது நான் அடைந்த உணர்வை என்னால் மறக்க முடியாது..."

அந்தப் பழைய கமலைக்கிணற்றின் அருகில் நின்று அவ்வளவு நேரங்கள் உணர்வெழுச்சியோடு அவன் பேசியதனைத்தும் உண்மையில் நம்ப முடியாததாகவும், ஆச்சர்யமூட்டுவதாகவும் அமைந்தது.

தொடர்ந்து அவனது காயத்தைக் குறித்து கேட்ட கேள்விகளுக்கு அவன் பதில் கூறாதிருக்க, சில நொடிகளுக்கு எதுவும் பேசாமல் கிணற்றருகேயே, நட்சத்திரங்களைப் பார்த்தபடி நின்றிருந்தேன்.

அதிகாலை நெருங்கும் வேளையில் அத்தோட்டவெளியெங்கும் இருந்த வினோதமான குளிர் நீலக்கருமை கொஞ்ச கொஞ்சமாக மறைந்து ஒளி பரவ, நாங்கள் எழுந்து அத்தோட்டத்தின் எல்லைப்பகுதியில் நுழைந்தவாறு, அதன் அடர்த்தியில் ஊடுருவிச்சென்று மலையின் அடிவாரத்தை அடைந்தோம்.

செங்கதிரொளி பரவத்துவங்கிய அக்காலை வேளையில் அவன் மலையடுக்கையும், எதிரிலிருந்த வித விதமான பாறைகளையும் பார்த்தபடி நின்றிருந்தான். கணநேரத்தில் தங்க ஒளியொன்று அதில் தென்பட்டு முன்னும் பின்னுமாக அசைந்தபடியிருக்க, அவன் சுதாரிப்படைந்தவனாக கிணற்றை விட்டு நகர்ந்தான்.

நாங்களிருவரும் அடிவாரத்தின் மற்றுமொரு குறுக்குப்பாதை வழியாக மறுபக்கம் சென்றோம்.

மெதுவாக அங்கு, அந்த மலையின் பின்னடிவாரம் துவங்கி மேல் வரை எங்கள் மாடுகள் அனைத்தும் எண்ணிக்கையில் மிகக்குறைவாக திசைக்கொன்றாக மலைப்புற்பரப்பில் அடுக்கப்பட்டு மேய்ந்து கொண்டிருப்பதைப் பார்த்தேன். அவற்றிற்கு வெகுதூரத்தில் புற்கள் நீக்கப்பட்ட தாழ்வெளியில் சிலர் நின்றிருக்க, அவன் அவர்களையே பார்த்துக்கொண்டிருந்தான்.

சில நிமிடங்களில் என் தோளை அழுந்தத்தொட்டு விட்டு, என்னை ஒரு முறை தீவிரமாகப் பார்த்தவனாக அவர்களை நோக்கிச்சென்றான். அவன் அவர்களுடனே இருந்தபடி, பேசியபடியே மலையைக்கடந்த வனப்பாதையில் சென்றார்கள்.

நான் மெதுவாக அப்பாதை வழியாக மலையடிவாரத்திற்கு சென்றேன். மனதில் பதற்றத்துடன் நான் அவர்களது வருகையை எதிர்பார்த்தபடியிருக்க, பல நேரங்களுக்கு மெலிதான மணிச்சப்தங்கள் தவிர்த்து வேறு எந்த சப்தங்களும் கேட்காதிருந்தது.

ஆச்சர்யமாக எண்ணிக்கையில் சற்றுக்குறைவாக கால்மடக்கி அமர்ந்திருந்த எங்கள் மாடுகளில் சிலவற்றை மட்டும் ஒவ்வொன்றாக மீண்டும் அவற்றை அப்பாதை வழியாக அத்தோட்டத்தின் பாதைக்குக் கொண்டு வந்தேன்.

முழுதாக விடிந்த பின்பாக அக்காளைகளைப் பற்றி மறுபக்கமாக குறுக்கில் காடு வழியாக நடந்து, சுதாரிப்புடன் அன்று நடந்தவற்றையெல்லாம் நினைத்தபடி முற்பகலில் செவலை வந்தடைந்தேன்.

எல்லையில் எனக்காகவே காத்திருந்தார் போல சிலர் கம்புகளோடு நின்றிருந்தார்கள்.

நான் அருகில் சென்றவுடன், அவர்கள் என்னருகேயிருந்த வந்து, சில காளைகளை ஆட்கள் காலையே மடக்கிக்கொண்டு வந்து சேர்ப்பித்து விட்டதாகவும், மற்றவைகள் இன்னும் அவர்கள் வசம் இருப்பதாகவும், அதை மீட்க இரண்டு பாளையத்திற்குமானதான போர், மிகத் தீவிரத்தோடு துவங்கியிருப்பதாகவும் தெரிவித்தார்கள்.

இரண்டே நாட்களில் வந்த அப்போரின் முடிவு எல்லோருக்கும் அதிர்ச்சியையும், ஏமாற்றத்தையும் எனக்கு ஆச்சர்யத்தையும், வியப்பையும் அளித்தது.

அன்று களத்திற்கு சென்று திரும்பியோரிடமெல்லாம் கேட்டறிந்தேன்.

போரின் இறுதி நாளன்று, ரத்தக்கறைகள் படிந்த வெள்ளைத்துணி கட்டிய ஒருவன், சரிந்து கொண்டேயிருந்த தனது குடலை கைகளில் எடுத்து, மீண்டும் மீண்டும் உள்ளே இட்டுக்கொண்டு தொடர்ந்து சண்டை புரிந்ததாகவும், அந்தி நெருங்கும் வேளையில் முடிவு அவர்கள் பக்கமாக சாயத்துவங்க, தனது எண் உடல் அசைவுகளை நிறுத்தி கழல்களை காலிலிருந்து வீசியெறிந்து விட்டு, எல்லோரின் ஆச்சர்யத்திற்கூடாக களத்திற்கு வெளியே சென்று, குடல் சிதறி, மணலில் விழுந்து மரித்ததாகவும் தெரிவித்தார்கள்.

9
சீவல மாறன் வீடுபேறு அடைந்த கதை

யாரும் சற்றும் எதிர்பாராத வகையில், ஒரே பகலில், அனைத்தும் நடந்து, முடிந்து விட்டது.

அவன் கண் விழித்துப்பார்க்கையில் பல நாட்கள் கடந்திருந்ததைப் போலிருந்தன. உடலை மெலிதாக அசைக்கையிலேயே இடுப்பின் கீழ் துவங்கி பாதம் வரை கடுமையான வலியும், கால்களை மெதுவாகத் திருப்புகையில் அவன் நினைத்தாற் போல முதுகுப்பகுதியில் வாளொன்று ஆழமாகச் சென்று துளைத்துக் கீறினாற்போன்ற உணர்வும் ஏற்பட்டது.

சில யுகங்கள் எனத்தோன்றிய அந்த இருட்கணங்கள் கழிந்த பிறகாக மீண்டும் கண் விழிக்கையில் ஆகாயத்தில் பகலின் ஒளி கணிசமாகக் குறைந்து, இருள் வரத் துவங்கியிருந்தது. உடலில் உயிர் இன்னும் ஒட்டிக்கொண்டிருப்பது ஆச்சர்யத்துடன் தோன்ற, அவனது கண் மயிர் அசைவில், பார்வைக்கோணத்தின் நெடுகில், வெள்ளை ஒளிகள் தெரிந்தன. அதன் மெல்லிய முன்னேறிய அலைவுகள், அது அவர்கள்தான் என உறுதிசெய்ய, சில நொடிகளில் வெண்ணாடைகளை உடுத்திய அவர்கள் அவனருகில் வந்தார்கள்.

மூவராகப் பிரிந்து வந்தவர்களில் ஒருவர் குனிந்து, அவன் முகம் பார்த்துப் பின் தான் கொண்டு வந்திருந்த குடுவையிலிருந்து தைல வாடை வீசும் அச்சாறை அவனது கால்களில் பூசினார். அப்படிப் பூசியவரது முகத்தில் தெரிந்த அமைதியை அவன் முன்பாகவே பார்த்திருந்தான். சில காலங்களுக்கு

முன்பாக கூட்டமாக அவனைத்தேடி வந்திருந்த அவர்கள் அனைவருக்கும் வயிற்றை உணவிட்டு, உரையாடி, பின் அவர்களை வழியனுப்புகையில், அவனை இறுதியாக ஒரு முறைதிரும்பிப் பார்த்த அந்தக் கண்களின் அமைதி.

அவர் மீண்டும் அவனது உடலை தனது குளிர்ந்த கைகளால் தொட்டு, நீர் தெளித்து, அதை மெலிதாகத் திருப்பி, அச்சாறை உடலின் மறுபக்கமாகப் பூசினார்.

சிறிது நேரத்தில் சற்று அடங்கிய வலியினூடாக சீவலன் தான் நான்கைந்து பேர்களால் பக்கவாட்டில் தூக்கப்பட்டு நிலவெளியில் மிதந்து செல்வதை உணர்ந்தான். கண நேரத்தில் எருதுகள் அதிகம் நடுமாடுகிற, செம்மண்ணும், கருங்கற்களும் நிறைந்த, பழைய பனைகளும், வேம்புகளும் சூழ்ந்த அவனும், அவனது மூதாதைகளும் புழங்கிப்பழகிய மேட்டுநிலம் தாண்டியிருந்த அக்களம் அவன் கண்ணை விட்டு மறைந்தது.

மீண்டும் கண் விழித்தபோது, சுற்றிலும் கல் மூடாக குகைபோன்று தோற்றமளித்த அக்கற்படுக்கையில் படுத்திருந்தான். அவனது பசியும், தாகமும் தீர்ந்து விட்டிருக்க, குளிர்ந்து சில்லிட்டிருந்த அந்தப் பாறைவெளியில் சிறு வெளிச்சத்தில் அவனருகில் நான்கு துறவிகள் சுவர்க்கல்லில் செதுக்கப்பட்டிருந்த சர்ப்பக்குடை போர்த்திய தெய்வத்தைச் சுற்றி கண்மூடி அமர்ந்திருந்தார்கள்.

அவனால் மெலிதாக அசைக்க முடிந்த தலையைமட்டும் அசைத்துப் பார்க்கையில், கற்கள் பெயர்க்கப்பட்டு சமன் செய்து வழவழப்பாக்கப்பட்ட வரிசை வரிசையாக இருந்த ஆழமான அக்கற்படுக்கைகளில் யாரும் இல்லாதிருந்தார்கள். அவன் கண்மூடி, சில நொடிகள் கழிந்து மீண்டும் பார்க்கையில், மூலையின் இடுக்கில், ஒரு துறவி மட்டும் அவனிருந்த திசை நோக்கி தன் கைகளை குவித்திருந்தார்.

மறுநாளிலும் அவன் விழிக்கையில் அத்துறவி அதே இடத்தில் அமர்ந்திருந்தார். இப்போது அவன் உடல் ஒருக்களித்து தாவரச்சாறுகள் தொடர்ந்து குளிர்ந்து நிதானமாக இறங்கிக்கொண்டிருந்தன. இரண்டு நாட்கள் கழிந்து, அவனால் முயன்று தனது உதடுகளை அசைக்க முடிய, அவனது தொடர்ச்சியான விரலசைவில், அவர் மெலிதாக சலனமடைந்தபடியே அவனருகில் வந்தார். அவன்

தீனமான குரலெழுப்பி அன்று அவனோடு சண்டை புரிந்த மற்றவர்களைப் பற்றிக் கேட்டான்.

அவர் தயங்கிப் பின் மெதுவாக, தாழ்ந்த குரலில் அவனைத் தவிர மற்றவர்கள் எவரும் பிழைக்கவில்லையென்றார். தீனமான குரலில் அவன் அவர்கள் அனைவரும் அவனைச் சுற்றி கைகளாலும், கால்களாலும், உடல்களாலும் கவர்ந்திருந்ததை நினைவு கூற, அவர் வேறு எதுவும் பேசாது தனது ஐந்து கை விரல்களை மேல் நோக்கி விரித்தபடி அங்கிருந்து மௌனமாக நீங்கிச் சென்றார்.

முதுகில் தெறித்த வலியினூடாக, அன்று கண்களை மூடியபடி சீவலன் தன்னிருட்டில் வெறுமனே படுத்திருந்தான். அக்கற்படுக்கையில் உணர்ந்த குளிரும், தொலைவிலிருந்து வீசிக்கொண்டிருந்த வாடை நிறைந்த காற்றும் வழக்கத்திற்கு மாறாக அவனை உறங்க விடாமல் செய்தது.

அவன் தான் அக்களத்திலேயே வந்திருந்திருக்க வேண்டுமென இருளில் தன்னை நோக்கி கூறிக்கொண்டான்.

2

தொலைவில் ஊர்கள், கிராமங்கள், நகரங்கள் சிறுபுள்ளிகளாகத் தெரிந்து கொண்டிருக்க, அவ்வப்போது அத்துறவிகளில் சிலர் வந்து அவனது கண்களை விரித்துப் பார்ப்பதும், அவனது கைகளை உயர்த்துவதும், கால்களை மெலிதாக அசைத்துப் பார்ப்பதுமாக இருந்தார்கள். மற்ற பொழுதுகளில் அவன் பார்க்க, குகைக்கு உள்ளேயும், வெளியேயும் நெடிதுயர்ந்த குன்றுகளின் ஒடுக்கத்தில் அமர்ந்து வெகுநேரம் கண்மூடி உறைந்திருந்தார்கள்.

ஒவ்வொரு நாளும் எறும்புச்சாரிகளாக மனிதர்கள் தொலைவில் வெம்மை படிந்த நிலத்தில் திசைக்கொரு வீதமாக பெயர்ந்து கொண்டிருக்க, அத்துறவிகளில் சிலர் அவ்விடத்தை விட்டு கீழிறங்கினார்கள். அப்படிச் சென்றவர்களில் சிலரது கைகளில் தைலக்குடுவைகள் இருந்தன. அரிதாக சிலரின் கைகளில் தர்ப்பைப்புற்கள் கட்டுகளாக இருந்தன.

ஓர் அதிகாலையில் மிக வயதான பழுத்த துறவி ஒருவர் அமிழ்ந்த கண்களோடு அவன் அருகில் வந்து, அங்கேயே கை

குவித்து அமர்ந்திருந்தார். அன்று மாலை வரை அப்படியே அமர்ந்திருந்தவர், எழும் முன்பாக அவனை இறுதியாக ஒருமுறை தொட்டு, ஏதோ ஒன்றை முணுமுணுத்து அங்கிருந்து நீங்கினார். அதன் பிறகு அவரை அவன் பார்க்கவேயில்லை.

அது நடந்து, பல நாட்கள் கழிந்த ஒரு மதியத்தில் அவனால் அவர்களின் ஓசையைத் தவிர்த்து, மற்ற சில நடமாட்டங்களை உணர முடிந்தது. அக்குகையினுள்ளேயே கண்மூடியிருந்த ஒருவர் தவிர்த்து, மற்றவர்கள் வெளியே இருந்துகொண்டிருக்க, மலையில் ஏறி வந்து கொண்டிருக்கும் மற்ற காலடி ஓசைகள் தனித்துக் கேட்டன.

சில நிமிடங்களில் அவர்கள் அனைவரும், அவர்களின் முன்பாக வந்து நின்றிருந்தார்கள். வந்தவர்கள் உடல்களின் மேலே சிறியது தவிர, வேறு எதையும் அணிந்திருக்கவில்லை. அவர்களில் சிலர் மண்வெட்டிகள், கோடரிகள் மற்றும் சின்னஞ்சிறிய நில ஆயுதங்களை தங்களோடு கொண்டு வந்திருந்தார்கள். தடுமாறிய அவர்களது பேச்சின் குரல்கள் ஏராளமான அலைவுகளைக் கொண்டிருந்தன. அவர்களது முடிகள் கலைந்திருந்தன. கைகள் காய்த்துப் போயிருந்தன.

சிறிது நேரத்தில் உரல் சுழலும் சப்தம் கேட்க, அவர்களில் ஒருவர் அவர்களிடமிருந்த பெரிய குடுவையொன்றை வாங்கிச்சென்றார். அவரே இரண்டு நாட்களில் மீண்டும் வந்து அவர்களிடமிருந்து அதைவிடப் பெரியதொரு குடுவையை வாங்கிச்சென்றார். இது நடந்து சில நாட்கள் கடந்த பிறகாக, ஓர் அதிகாலையில் அவர் அங்கு வந்து, அவர்களிடம் பணிந்து, தன்னை அவர்களோடு இணைத்துக்கொள்ளும்படி கூறினார். அவர்கள் அதை எதிர்பார்த்தவர்கள் போல மெல்லிய ஆனால் தீர்க்கமான குரலில் அதை மறுத்து அவரைத் திரும்பிச் செல்லும்படி கூறினார்கள்.

அது போன்ற நிகழ்வுகள் நாள் இடைவெளி விட்டு தொடர்ந்து அங்கு நடந்து கொண்டிருந்தன. அவர்கள் எல்லோரிடமுமே அவர்கள் எவ்வளவு நாட்கள் வேண்டுமானாலும் அங்கே தங்கிக்கொள்ளலாமெனக் கூறப்பட்டது. ஆனால் அவனது ஆச்சர்யத்திற்கூடாக அவர்கள் அனைவருமே திரும்பிச் சென்றார்கள். அவன் அவர்கள் குறித்துக் கேட்க அவர்கள் அனைவரும் அழிந்த நகரங்களிலிருந்து, கிராமங்களிலிருந்து வேறு ஊர்களுக்கு, நகரங்களுக்கு துரத்தியடிக்கப்பட்டு, வாழ்விலிருந்து, வாழ்வு அல்லாததிலிருந்து அங்கு வந்து

அவர்களோடு சேர்ந்துகொள்ள விரும்பினார்கள் என்பதை ஒரு துறவி சொல்ல அறிந்தான்.

இறுதியாக அவர், பள்ளிகள் அனைத்தும் காலியாகி விட்டதெனவும் அவர்களது மார்க்கம் கண் முன்னால் அழிந்து வருகிறதென்றும், வெகு சிலர் மட்டுமே ஆங்காங்கே எஞ்சி இருக்கிறார்கள் என்றும் கூற, அவன் அந்த வார்த்தைகளை எவ்வித ஆச்சர்யமுமின்றி மௌனமாக கேட்டபடியிருந்தான்.

அடுத்த இரண்டு நாட்களில் முகமெங்கும் காயங்கள் சில கோடுகளென விழுந்த கண் தெரியாத இளைஞன் ஒருவன், அவர்களைத் தேடி வந்து அவர்களோடு இரவு தங்கினான். சீவலனோடு குகையில் அவன் படுத்திருக்க, குகை விளிம்புகளெங்கும் முந்தைய நாளின் மழையில் சொட்டுச் சொட்டாக நீர் வடிந்தபடி இருந்தது. அத்துறவிகள் அனைவரும் கல்வெளிக்கு வெளியே அடிவானமென வளர்ந்திருந்த நாவல் மரமொன்றின் அடியில் படுத்துறங்கினார்கள்.

நரிகளின் ஊளைச்சத்தங்களினூடாக வெளியில் நிலவிய இலை அசையும் அமைதியில், அவன் சீவலனிடம் தான் சில காலங்களுக்கு முன்பாக நிகழ்ந்த போர்களில் ஈடுபட்டதாகவும், இப்போது எல்லாம் முற்றாக அழிந்து சூறையாடப்பட்டு விட்டதெனவும், எல்லோரும் திசைக்கொன்றாக சிதறி விட்டார்களென்றும் கூறினான்.

இரண்டு நாட்களில் மலைவெளிக்கு அப்பாலுள்ள பாதையில் அவன் அதிகாலையில் விடைபெற, அன்று துவங்கி, சீவலன் பல நாட்கள் உறங்காமல் இருந்தான்.

பரந்த வானின் கீழ், உலகமே மீச்சிறு புள்ளியாகத் தெரிந்த அதற்கடுத்த காலங்களில், அந்த அநாதி மலையின் உயரத்தில் உடலின் வலி குறையத்துவங்கி அவனால் தடுமாறி எழ முடிந்தது. சில நாட்களில், கல்கஞ்சனத்தின் வரிவரியான கோடுகளை இறுகப்பிடித்தபடி ஓரிரு அடிகள் நடக்கத் துவங்கினான்.

தன் நினைவு மறந்தபடி, மலையின் நுனிப்பாறையில் நின்று எப்போதும் தொலைவில் ஒரு குறிப்பிட்ட திசையையே அவன் பார்த்துக்கொண்டிருக்க, அதிகக் காற்றில் சில நிமிடங்களுக்கு மேலாக ஒரே இடத்தில் அப்படியே நிற்றல் கூடாதெனவும், தொடர்ந்து நடக்க முயற்சிக்காமல் இருக்கும்படியும் அவனிடம் கூறப்பட்டது.

ஒருநாள் கல்லடுக்கில் தடுக்கி அவன் சரிந்து விழப்பார்க்க, கற்சுவரின் ஏழுதலை கொண்ட நாகத்திற்குள் பொதிந்திருந்த நாதரின் அருகில், விரிந்த கண்களோடு இருந்த யட்ச உருவம் அவனைக் காப்பாற்றியது. அவன் மீண்டும் விழுந்து விடாதிருக்க அவர்களில் ஒருவர் அவனோடு எப்போதும் இருந்துகொண்டிருந்தார்.

அதற்கடுத்த நாளின் காலையிலிருந்து அவன் அவரோடு இணைந்து, கூட்டமாக அமர்ந்திருந்த அவர்களோடு வந்து அமர்ந்துகொண்டான்.

3

கிளை விரித்துப் பரந்த பெருமரத்தின் நிழல் அவ்விடமெங்கும் வியாபித்திருக்க, சீவலனுக்கு எல்லாம் அவர்களால் அங்கு கற்றுத்தரப்பட்டது. அவன் அவர்களிடமிருந்து அவர்கள் பயன்படுத்தும் இலையை, வேரை, கிளையை, மலரை எல்லாம் பார்த்து கற்றுக்கொண்டான். ஆழ்ந்த அமைதி யுடனும், நிதானத்துடனும், பொறுமையுடனும் அவர்கள் அவற்றை உருவாக்குவதை தினமும் பார்த்து, அச்சிறிய மலைவெளியிலேயே அவர்களோடு இருந்து கொண்டிருந்தான்.

அவர்கள் தங்களின் உடைமையென எதையும் கொள்ளவில்லை. ஒருவருக்கொருவர் பெயர் சொல்லி அழைப்பதில்லை. உரக்கப் பேசுவதில்லை. அவ்வப்போது அங்கிருந்தவர்களில் ஓரிருவர் எதையுமே எடுத்துக்கொள்ளாமலும், சில முறை யாரிடமும் எதுவும் கூறிக்கொள்ளாமலும் அங்கிருந்து அகன்று சென்றார். அவர் மீண்டும் அங்கு திரும்பவேயில்லை.

அவர்களில் பலர் சில சமயம் நீர் கூட அருந்துவதைத் தவிர்த்திருந்தார்கள். பெரும்பாலானோரின் உடல்கள் அதிகம் நலம் குன்றாதவைகளாக இருந்தன. அதையும் மீறி, அவ்வப்போது அவர்கள் காய்ச்சல்களால் பாதிக்கப்பட்டால், குகையின் உள்ளார்ந்த கல்வெளியில் அமர்ந்து மெல்லிய துணியால் வடிகட்டி காய்ச்சிய நீரை ஏற்கெனவே தயாரிக்கப்பட்டிருந்த குடுவையிலிருந்த சாற்றில் கலந்து குடித்தபடி, அங்கிருந்த கற்பக மரத்தைச் சுற்றி அமர்ந்து, கண்கள் பாதி மூடியபடி அதன் ஆற்றுதலை எதிர்பார்த்து அமர்ந்திருந்தார்கள்.

அவர்களது உடல்கள் பாதிக்கப்பட்டாலும் அவர்களது பாதங்கள் உயிர் கொண்டிருந்தன. தினமும் அவர்கள் காலையில் மலை விட்டிறங்கி ஊருக்குள் சென்று முற்பகலில் திரும்பினார்கள். சுற்றியிருக்கும் கிராமங்கள் மற்றும் ஊர்களின் நிலைகள் பற்றி அவர்கள் அறிந்திருந்தார்கள். அதை இரவுகளில் விளக்கின் வெளிச்சத்தில் தங்கள் சுவடிகளிலும் தொடர்ந்து எழுதியபடி இருந்தார்கள்.

அவன் அங்கு வந்து, பல மாதங்கள் கடந்து, ஓர் இரவில் வௌவால் ஒன்றின் படபடத்த சிறகடிப்பு முதல்முறையாக குகையின் இருளில் தொடர்ந்து கேட்க, அன்று சீவலன் விடியும் முன்பாகவே எழுந்துகொண்டான். பல காலங்களுக்குப் பின்பு உறக்கம் காரணமில்லாது அவனிடமிருந்து நீங்கி விட்டிருந்தது. அந்த நாள் முழுவதும் அவனது சப்தங்கள் அனைத்தும் அடங்கி, உடலில் மௌனம் அதிகம் கூடி இருந்தது. மறுநாள் மாலை ஒருவிதப் பதற்றத்துடன் அவன் அவர்களுடன் உரையாடுகையில், அவனது முதுகின், இடுப்பின் காயங்கள் அனைத்தும் முழுமையாக ஆறிவிட்டதெனக் கூறப்பட்டது. ஆனால் வாழ்நாள் முழுக்க அவனால் வேகமாக நடக்கவோ, ஓடவோ, எடை மிக்க பொருட்களை தூக்கவோ, கைகளை ஓர் உயரத்திற்கு மேல் உயர்த்தவோ முடியாதெனவும், அப்படிச் செய்வது அவனை நிரந்தரமாக படுக்கையில் வீழ்த்தி விடும் சாத்தியங்கள் கொண்டது எனவும் கூறப்பட்டது. இறுதியாக, மிதமான வலியொன்று எப்போதும் உடலில் இருந்து கொண்டிருக்கும் எனவும், அவன் விரும்பினால் மீண்டும் ஊருக்குள் செல்லலாமென்றும் கூறப்பட்டது.

காற்று குறைவாக வீசிய மறுநாளின் அதிகாலையில் சீவலன் எல்லோருக்கும் முன்பாக எழுந்து, அவர்களிருந்த பட்டத்தைக் கடந்து, முள்ளும், முடலும், புதரும், பாதையுமென இருந்த மலையை விட்டு சற்று தடுமாற்றத்துடன் கீழ் இறங்கினான். புகைமூட்டமான பாதையில் தொலைவு வரை எதுவும் தெரியாதிருக்க, அடிவாரத்தின் எதிரில் பெரும் துளியெனத் தெரிந்த தாமரைக்குளத்தருகில் சென்று அமர்ந்தான். எதிரே வயக்காட்டின் பாதை துவங்கியிருந்தது.

அன்று அவன் பார்க்க, அக்குளத்தின் நடுவில் ஓர் ஆமை கல்லொன்றில் அமர்ந்தபடி மீண்டும் மீண்டும் தன்னைக் கூட்டுக்குள், வெளியில் என உடலை மாற்றி மாற்றி இழுத்துக் கொண்டிருந்தது. ஒரு நீர் நாகம் அதைச் சுற்றி வர, ஒரு கட்டத்தில் அந்த ஆமை கல்லிலிருந்து நழுவி குளத்தில் இறங்கியது.

பனி மூட்டம் பல மணிகளுக்கு விலகாதிருக்க, சீவலன் உடனே மலையுச்சிக்குத் திரும்பினான்.

அன்று காலையில் அவன் அவர்களோடு முதன்முறையாக புஞ்சை நிலங்கள் சூழ்ந்த அந்த ஊருக்குள் சென்று உணவு வாங்கி உண்டான். மறுநாள் அவன் நினைத்தபடியே குகையின் முகப்பில் துவங்கியிருந்த வாய்க்காலின் அருகில் இருந்த மிகச்சிறிய உரலைப் பார்த்து, அதை இயக்கும் பொறுப்பை கேட்டுப் பெற்றுக்கொண்டான். உடலெங்கும் தாவரங்களின் நெடியோடு, அன்றைய தேய்பிறை இரவு, தவளைகள் எழுப்பும் ஒலிகளினூடாக கீறல்கள் மிகுந்த பாறைகளையும், மேற்சுவற்றில் இருந்த கல்வட்டத்தையும் பார்த்தபடி, வெகுநேரம் உறங்காமல் இருந்தான்.

உடலின் பகுதியாக அவ்வுரல் மாறிவிட்டிருக்க, பல மாதங்கள் கடந்து, ஒருநாள் அதிகாலையில் கடந்த காலங்களில் இல்லாத முதல் முறையாக, ஒன்பது துறவிகள் அவன் விழிக்கும் முன்பாகவே திருவுருவத்திற்கு முன்பாக வட்டமாகக் குழுமி அமர்ந்திருந்தார்கள். அவர்களில் ஒருவர் எழுந்து வந்து அவனிடம் மெதுவாகவும், நிதானமாகவும் அருகிலிருக்கும் சுனைகள், ஏரிகள் மற்றும் குளங்கள் வறண்டு வருவதாகவும், மேலும் சுற்றியிருக்கும் ஊர்களில் மீண்டும் போர் துவங்குவதற்கான அறிகுறிகள் தென்பட்டிருக்கிறதெனவும், மலை சில நாட்களில் சுற்றி வளைக்கப்படுமெனவும், மற்றவர்கள் அனைவரும் மற்ற ஊர்களிலிருந்தும், பிற குன்று தொகுதிகளிலிருந்தும் வந்திருப்பதாகக் கூறினார்.

குகையின் விதானத்தில் அவர்கள் புதிதாக வரைந்து கொண்டிருந்த சக்கர ஓவியங்கள் அனைத்தும் கைவிடப்பட்டன. சேகரிக்கப்பட்ட நிகண்டுகளின் சுவடிகள் கவனமாக கரும்பாறைகளின் இடுக்குகளில் வைக்கப்பட, அடர்த்தியான அந்தப் பிற்பகலில் சீவலன் இரண்டாகப் பிரிந்த அவர்களில் ஒரு குழுவோடு தென்திசை நோக்கிச் சென்றான்.

அவர்கள் கைகளில் பீலிக்குஞ்சங்களோடு பாதைகளைத் தூற்றுக்கொண்டு வந்தார்கள். வழியில் அநாதையென விடப்பட்டிருக்கும் இறந்த காட்டு விலங்குகளை, பறவைகளை வணங்கி அடக்கம் செய்தார்கள். பின் காடுகளில் தேர்ந்தெடுத்து இலைகளைப் பறித்துக் கொண்டார்கள். வழியில் கண்ட சிறு மிருகங்களுக்கு உணவளித்தபின் தாங்கள் உண்டார்கள். சில வேளை நீர் மட்டும் அருந்தி, மற்ற முறை

ஊருக்குள் சென்று, உணவைக் கையில் வாங்கி, நின்றபடி உண்டு, பாதையோரங்களில் படுத்துறங்கினார்கள்.

மறுநாளின் அதிகாலையில், வனம் விலகிய பாதையில், தாறுமாறான பாறைகளோடு உறைந்து ஒரு குன்று தெரிய, ஒரு துறவி அவர்களிடமிருந்து பிரிந்து கொண்டார்.

மூன்று நாட்களின் முடிவில், அவர்கள் வில்வமரங்கள் சூழ்ந்த, நெடிதுயர்ந்த கூர் கோபுரமிருந்த ஊரை எல்லையில் கடந்து, மீண்டும் வனப்பாதையினுள் சென்றார்கள். இரவு வனத்தில் உறங்கி காலையில் எழுகையில், அவனோடு ஒருவர் மட்டும் - அவனைக் களத்தில் கண்டெடுத்தவர் - இருந்தார்.

இறுதியில் புன்னை மரங்கள் மிகுந்த, முழுக்க நாகச்சிற்பங்களும், புற்றுகளும் நிறைந்த அந்த ஊர் எல்லையை வந்தடைந்தார்கள். அவ்வூரிலிருந்தவர்கள் அந்த ஊரின் பெண் தெய்வமான ஆவுடையை வணங்குகிறார்களென அவர் கூற, இருவரும் அங்கிருந்து மேற்கு திசை நோக்கி நடந்து, அடர்ந்த காட்டினுள் புகுந்து மடிப்பு மடிப்பாக பல சிறிய யானைகள் வரிசையாகப் படுத்திருந்ததைப் போலத் தோற்றமளித்த சிறுமலையடிவாரத்தை வந்தடைந்தார்கள்.

அங்கு அவர் கூட்டிச்சென்ற சிறு குன்றின் கீழ் இருந்த குகையில், வெளியே யட்ச, யட்சினி சிலைகள் அற்று, உள்ளே தளங்கள் பூச்சுகள் உதிர்ந்து அவர்கள் ஏற்கனவே இருந்த குகையைப் போலன்றி எதற்காகவோ உருவாக்கப்பட்டு, யாரோ புழங்கிய அடையாளங்களைக் கொண்டிருந்தது. எறும்புகள் அதிகம் வசிக்கும் அளவில், சிறியதாக இருந்த அக்குகையினுள் அவன் நுழைய, மயில் ஒன்று அகவியபடி அவர்களைப் பார்த்து அருகில் வந்தது.

அக்குன்றிற்கு அடுத்த சில தொலைவில் மிகச்சிறிய ஊர் ஒன்று சமீபமாக உருவாகியிருந்தது. அவ்வூரில் இருந்தவர்கள் அனைவரும் அவ்வனத்தினுள் மந்தைகளை மேய்க்கவும், தொலைவில் கிராமங்களுக்கு சென்று வருவதுமாக இருந்தார்கள்.

அவர்கள் இருவரும் அந்த ஊருக்குள் சென்று உணவு வாங்கி உண்டு வந்த சில காலங்கள் கழிந்து, இருவர் அங்கு வந்து அவனுடனிருந்த துறவியிடம் அவர்களது நிலத்தில் முன்பைப் போலவே பஞ்சம் வரப்போகிறது போலிருக்கிறதெனவும், தானியங்களின்றி தங்களது குடும்பத்தையே தாங்கள் இழந்து

விடும் நிலையில் இருப்பதாகவும் கூற, அவர்களோடு அவர் ஊருக்கு வர வேண்டுமெனவும் கேட்டுக்கொண்டார்கள்.

அந்தப் பகலில் அவர் வந்தவர்களுடன் செல்ல, அன்று சீவலன் குகையில் தனித்து இருந்தான். அறுகோணங்களில் தெரிந்த வனத்தின் இருளைப் பார்த்தபடி நள்ளிரவில் உறங்கினான். பின்னிரவில் ஐந்து தலை நாகமொன்று வந்து அக்குகையில் அவனோடு இருப்பதாகக் கனவு கண்டான்.

மறுநாளின் பிற்பகலில் அவர் திரும்பி வர, அவ்வூரிலிருந்து அவர் உடன் வந்த ஒருவர் அவர்களோடு இணைந்து கொள்ள விரும்புவதாகக் கூறினார். சரிவான வாயிலில் அவன் அமர்ந்திருக்க, அத்துறவி வந்தவரிடம் அதனை தயக்கத்துடன் மறுத்து, சீவலனைக் காட்டி தாங்கள் எப்போது வேண்டுமானாலும் ஊருக்குள் வந்து அவர்களுக்கு உதவி புரிவதாகவும், ஆனால் தற்போது தாங்கள் யாரையும் உடன் வைத்துக் கொள்வதில்லையெனவும் கூறினார்.

சீவலனுக்கு அக்கூற்று இந்த முறை மிகுந்த ஆச்சர்யமளிக்க, அன்று கற்படுக்கையில் சாய்ந்தபடி, அவரிடம், அவ்வளவு காலங்கள் அவர்களுடனிருந்த தன்னிலை குறித்துக் கேட்டான். வெகுநேரங்கள் மௌனமாக இருந்தவர், பின் அவனிடம் அவனைக் களத்தில் காப்பாற்றி அழைத்து வந்தபோது, இரவு வருவதற்கு ஒருகணம் முன்பாக, தங்களுக்கு மட்டும் மலையைச்சுற்றி அசாதாரணமாக ஒளி தோன்றியதெனவும், அதனாலேயே அவனால் தங்களது மார்க்கத்திற்கு ஒரு மாற்றம் ஏதோ ஒருவகையில் நிகழும் என தான் நம்புவதாகவும் கூறினார். அவன் குழப்பமடைந்து, சந்தேகத்துடன் அது குறித்து மேலும் கேட்க அவர் பதிலெதுவும் கூறாது உறங்கினார். அடுத்த சில நாட்களில் வனத்தில் பூக்கள் பறிக்க இருவரும் சென்ற போது அவன் மீண்டும் அது குறித்து கேட்டபோதும், அவரிடம் மௌனம் மட்டுமே நிறைந்திருந்தது.

அடுத்தநாளில் அந்தக் குகையில் நாதரின் உருவங்கள் எதுவும் இல்லாது வெறுமனே சிறிய வழவழப்பான கல்வெளி மட்டும் இருப்பதைக் குறித்து கேட்டான். அவர் மௌனமாக அவர் அவனுக்குள் தான் இருப்பதாகக் கூறினார்.

அன்றிலிருந்து மூன்றாவது நாளில்தான் அது நிகழ்ந்தது.

அன்று அவன் காலை எழுகையில், அவர் அவன் கண் முன்னால் கை கூப்பி நின்றிருந்தார். அவன் அவரை நெருங்க,

அவர் தன்னுடைய கடைசி தினம் நெருங்குகிறதெனக் கூறினார். அக்கணத்தில் அவனிடம் உருவான எந்தக் கேள்விக்கும் பதில் கூறாது, மௌனமாகவே இருந்தவர், அன்று பிற்பகலில் அவன் பாறைச்சரிவு சென்று திரும்புகையில், தலையில், உடலில் மயிர்கள் முற்றிலுமாக மழிக்கப்பட்டு, அந்தக் குகையின் வாயிலில் குவித்து வைக்கப்பட்டிருந்த புற்கள் மீது கண்மூடி அமர்ந்திருந்தார்.

மறுநாளில் கண் விழிக்காதவரை மலையின் பின்னே அடக்கம் செய்துவிட்டு வெகுநேரம் அக்குகை வாயிலில் அவன் தனியே அமர்ந்திருந்தான்.

4

அவனது பெயர் கூட அவனுக்கு மறந்துவிட, இப்போது அவன் மட்டுமே அங்கே தனியே நடமாடிக்கொண்டிருந்தான். உடலின் முதுகிலிருந்து துவங்கி இடுப்பு வரை வலி அதிகம் கடுத்துக்கொண்டிருக்க, அவ்வப்போது அழிந்த அவனது நகரம் அவனது நினைவில் வந்தது. அங்கு இருந்த மூதாதைகள் முகம் கனவில் தோன்றி மறைந்தது.

அக்குகையிலிருந்த சுவரில் இதற்கு முன்னால் இருந்தவர்களால் தேய்த்து மெருகேற்றப்பட்ட வழவழப்பான வெற்று கற்சுவர் வெளியை பார்த்துக் கொண்டிருந்தான். அவன் அதிகக் காலமிருந்த முந்தைய குகையில் இருந்த நாதரின் உருவை நினைவில் கொண்டு வர முயன்றான். கொஞ்ச கொஞ்சமாக அடுத்த சில காலங்கள் அருகிலுள்ள ஊர்களுக்கும், கிராமங்களுக்கும் தனியே சென்று உணவு வாங்கி உண்டான். மற்ற நாட்கள் நீர் மட்டும் அருந்தினான்.

சில காலங்கள் கழிந்து, அந்தக்காட்டைத் தாண்டிய ஊரிலிருந்து சிலர் அவனை வந்தடைந்தார்கள். அவர்கள் சமீபமாக உருவாகி அவர்கள் வாழதுவங்கியிருந்த அந்தக் கிராமத்தில், பெரும் இடரொன்று தற்போது தங்களுக்கு ஏற்பட்டிருப்பதாகத் தெரிவித்தார்கள்.

அவர்களது ஊரில் மூன்று பெண்கள் பேறு வயப்பட்டிருப்ப தாகவும், அது மிகுந்த மகிழ்ச்சியான சங்கல்பமென அவர்கள் நினைத்துக் கொண்டிருக்க, அவர்கள் மூன்று பேருமே பேறு காலம் முடிவடையாத நிலையில் தற்போது ஏதோ தீராத

தலை வலியால் பாதிக்கப்பட்டிருப்பதாகவும், சித்தம் தவறியது போல நடக்கிறார்களென்றும், எவ்வளவோ பேர் எவ்வளவோ விதங்களில் முயன்றும் அதைத் தீர்க்க இயலவில்லையென்றும் தெரிவித்தார்கள்.

அவன் அங்கு செல்கையில் அப்பெண்கள் அனைவரும் ஒரு புன்னைமரத்தின் கீழ் சித்தப்பிரம்மை பிடித்தாற்போல தலையில் கைகளை வைத்து அவ்வப்போது அலறியபடியும், அவ்வப்போது அமைதியடைந்தபடியும் இருந்தார்கள். அவன் அனிச்சையாக அவர்களது நாடிகளைப் பார்த்தான். பின் கைகளை. தலைகளை. காதுகளை.

அவர்கள் அவனிடம் அப்பெண்கள் அனைவரும் மாலை நடை பயின்றார்களெனவும், அப்போது ஒவ்வொருவராக நோய்வாய்ப்பட்டார்களெனவும் தெரிவித்தனர். இவ்வளவு பேர் பேறுகாலம் அடைந்திருப்பதும், அவர்கள் அனைவருக்குமே இதே போல நடந்திருப்பது இப்போது ஊருக்கே தவறான சகுனமாகப் படுவதாகவும் தெரிவித்தார்கள்.

அவன் தனியாக ஊரைச்சுற்றி அப்பெண்கள் நடந்து சென்ற வயல்கள் சூழ்ந்த பாதையில் நடந்து, வெகுநேரம் கழிந்த பின்னர், ஓரிடத்தில் நின்று அங்கு இருந்த கருமஞ்சளான மலர்களைப் பார்த்தான். விரைவில் அங்கிருந்து நீங்கியவனாக தன்னோடு வனத்திற்கு வரும்படி இருவரை அழைத்து, அவனது குகையின் தெற்கில் மலையடிவாரத்தில் வனத்தின் அடர்த்தியில் இருந்த செடிகளிலிருந்து இரண்டு பெரிய பூக்களை, சில இலைகளைப் பறித்தான்.

அப்பெண்கள் ஊர் எல்லையில் வரிசையாக நிறுத்தி வைக்கப்பட்டார்கள். அந்தப் பூக்கள் வேறு சில பூக்களோடும், இலைகளோடும் கலக்கப்பட்டு பின் எரியூட்டப்பட, அதிலிருந்து வெளியான புகை அப்பெண்களை நோக்கிச் சென்றது. சில கணங்களில், அப்பெண்கள் அனைவரின் காதுகளிலுமிருந்து அனைவரின் ஆச்சர்யத்தினூடாக அளவில் சிறியதும், அதை விட மிகச்சிறியதுமாக ஏராளமான வண்டுகள் கூட்டமாகப் பறந்து வெளியேறியது.

அந்த மலர் உள்ள செடிகள் காடெங்கிலும் இருப்பதாகவும், அப்பூச்சிகள் மிகச்சிறியதெனவும், அதன் வாழிடங்களைக் குலைத்து அங்கு அவர்கள் தங்க வேண்டாமெனவும் அவன் கூற, அவர்கள் அவனுக்கு நன்றி தெரிவித்தபடி, அடுத்த சில மாதங்களில் அக்குகையின் அடுத்த மேற்குத்திசையில்

மலையின் கரும்பாறைக்குடையருகே வந்து பெயர்வதாகத் தெரிவித்தார்கள்.

அவன் அவர்கள் எங்கிருந்து வந்திருக்கிறார்களெனக் கேட்க எல்லோரும், வடதிசையிலிருந்து போர்சூழலால் சிதைந்த ஊர்களிலிருந்தும், நகரங்களிலிருந்தும் வருகிறோமெனக் கூறினார்கள். அவன் அவர்களது சொந்த நகரத்தைக்குறித்துக் கேட்க அவர்கள் ஒவ்வொருவரும், ஒவ்வொரு ஊரிலிருந்து வந்தவர்களென்றும், எல்லோரும் ஓரிடத்தில் இணைந்ததாகவும் தெரிவித்தார்கள்.

அன்றைய பேச்சில் அவர்கள் அவனுடைய மார்க்கத்தைச் சேர்ந்த துறவிகள் அனைவரும் ஆதரவற்று தங்களது ஊர்களில் அலைந்த அந்த வெயில் நாட்களையும், தெற்கில் முதலில் அமைந்த நகரத்தில் இருந்த அரசனிடம் தங்கள் மார்க்கத்தில் இணையுமாறு அவர்கள் விடுத்த கோரிக்கையையும், அந்த நல்அரசன் ஊழினால் அதை எவ்விதப் பரிசீலனைக்கும் உட்படுத்தாது நிராகரித்து, போருக்குச் செல்ல முடிவு செய்ததாக தாங்கள் அறிந்ததையும் நினைவு கூர்ந்தார்கள்.

விடைபெறுகையில், அந்த அரசனின் நகரம் போரில் ஒரே பகலில் கைப்பற்றப்பட்டதையும், அதற்கு அடுத்தடுத்த ஊர்கள் வரிசையாக கைப்பற்றப்பட்டு சூறையாடப்பட்டதையும், தங்கள் வாழ்வில் அனைத்தையும் இழந்த அந்த இரவுகளையும் பதற்றத்தின் நடுக்கத்தோடு கூறினார்கள்.

அன்று பின்னிரவில் கண் முன்னே, கல்வெளியில், நாதரின் வடிவத்தை மீண்டும் உருவாக்கிப் பார்த்தான். அவ்வுருவம் எவ்வளவு முயன்றும் உருவாகி வரவில்லை.

அடுத்தச் சில காலங்கள், அவன் அவர்கள் கொண்டு வந்து தருவதை மறுத்து, அக்கிராமத்திற்குள் சென்று உணவு வாங்கி உண்டான். அந்த நாட்களில் வனத்தில் அலைந்த போதில் மலை நாகமொன்று தன் வாலையே கடித்து சுருண்டு படுத்திருப்பதையும், எலும்பும் தோலுமாய் இருந்த காட்டுப்பூனைக்குட்டி ஒன்று வாயில் பறவையொன்றை கவ்வியவாறு நடந்து சென்றதையும் பார்த்தான்.

பெரும்பாலும் குகையினுள்ளேயே ஒடுங்கிய அந்த நாட்களில், அவன் நினைவெல்லாம் அத்துறவிகள் அவனை முதன்முதலாக வந்து சந்தித்த அந்த காலைப்பொழுதையே பற்றிக்கொண்டிருந்தது.

5

இன்னும் விடிந்திருக்கவில்லை. கற்படுக்கையின் மௌனத்தில் வழக்கம் போல அமைதியாக படுத்தபடி இருந்தான். கல் எழுத்துகள் மங்கிய பாறைவெளியில் கரைந்திருந்த குளிர் விலகிக்கொண்டிருக்க, நினைவுகள் மெதுவாகத் திரும்பிக் கொண்டிருந்தன.

அந்த நாள் முழுவதும் அவனது உடல் அசாதாரணமாக கொதித்துக்கொண்டிருக்க, அந்த அந்தியின் இருள் அதிகமாகிக் கொண்டே வருவதை அவனால் பார்க்க முடிந்தது.

அத்துறவிகள் அனைவரும் கூட்டமாக அவனைத்தேடி வந்த அந்த மங்கிய குளிர்காலையும், வெகு விரைவிலேயே என இப்போது தோன்றுகிற பின்தொடர்ந்து வந்த அந்தப் பகலின் நினைவும், சுழலென அவனுக்குள் இன்னும் இடைவிடாது வந்துகொண்டிருக்க, வெளியே சென்று வனத்தைக்கடந்து, ஓடைப்பகுதி தாண்டியிருந்த தர்ப்பைப் புற்களை ஒவ்வொன்றாக சேகரித்துக்கொண்டான்.

அந்த நாள் முழுவதும் எந்தச் சொரூபமும் தென்படாது, அவன் மனதில் அக்கல்லின் வெளியே தெரிந்துகொண்டிருந்தது.

மறுநாளில் இருள் வரும் முன்பே அதிகாலையில் எழுந்து, சிறிது மட்டுமாக நீர் அருந்தி விட்டு, புற்களின் நடுவே வடதிசை நோக்கி சம்மணமிட்டு அமர்ந்தான்.

வெற்றான அக்கல்வெளியை நினைத்தபடி, கண்கள் மூடியிருக்க, அவனைக் காப்பாற்றியவரின் கண்கள் மட்டும் அவ்வப்போது இடைவெட்டாக வந்துகொண்டிருந்தது.

புதிதாக உருவாகியிருந்த அவ்வூரின் வாசிகள் மூன்று நாட்களில் அவனைத் தேடி வந்தார்கள்.

வீரக்கல் வைக்கும் முன்பாக அந்தத் துறவியின் குளிர்ந்த உடல், அவர்கள் சந்திக்கும்போது தோன்றியதைவிட அதிக உயரம் அடைந்திருந்ததையும், உடலின் தோற்றம் அசாதாரணமாக பெரிதடைந்திருந்ததையும் வியப்புடனும், ஆச்சர்யத்துடனுமாகத் தங்களுக்குள்ளாக பேசிக் கொண்டார்கள்.

10
எல்லைகளுக்கு அப்பால்

அந்த ஆகஸ்ட் மாத அதிகாலை விடிவதற்கு இன்னும் சில மணி நேரங்களே இருந்தன.

அறையில் சூழ்ந்திருந்த பாதி இருளிலேயே, தொலைவில் சப்தங்கள் கேட்டு, போர்வை கலைந்து, எழுந்து, நான் ஜன்னல் வழியே பார்க்கையில் கருமேகங்கள் வானைச் சூழ்ந்திருக்க, கட்டடத்தின் வெளியில் இருந்து இரும்புக்கதவுகள் வேகமாக முட்டித்திறக்கப்படும் சப்தங்களும், அதைத் தொடர்ந்து, சிறிது நேரத்திலேயே சுற்றியிருந்த அறைகள் அனைத்தும் ஒவ்வொன்றாக திறக்கப்படும் ஒலிகளும் கேட்டன.

நான் வெளியில் வருகையில் வராந்தாவில் எல்லோரும் முன்னும் பின்னுமாக அலைந்துகொண்டிருந்தார்கள். அவர்களில் சிலரது கைகளில்பெட்டிகள் இருந்தன. சிலர் புத்தகக் கட்டுகளோடு, தோளில் பைகளை அணிந்திருந்தார்கள்.

எனக்கு முன்பாகவே எழுந்திருந்தவள், கீழே சென்ற வளைந்த படிக்கட்டுகளிலிருந்து மேலேறி வந்து என்னைப் பார்த்து, சுற்றியுள்ள ஊர்களில் குழப்பமும், கடும் பதற்றமும் சூழத்துவங்கி விட்டதென எல்லோரும் கூறுவதாகத் தெரிவித்தாள். நாங்கள் அந்த நிலையை உறுதிப்படுத்த உள்ளூர ஒன்றும் நிகழாது என்றே எண்ணினோம் வானொலியை இயக்கினோம். வெறும் இரைச்சல்கள் மட்டுமே சில நிமிடங்களுக்கு தொடர்ந்து கேட்டுக் கொண்டிருக்க, நான் உடனடியாக கிளம்ப முடிவு செய்தேன்.

அவள் அறையில் சிதறிக்கிடந்த துணிகளில் சிலவற்றை மட்டும் அவசர அவசரமாக எடுத்துத் தன்னுடைய பெட்டியில்

அடுக்கியபடி, நிலைமை சரியானவுடன் மீண்டும் அங்கு வந்து மற்றவற்றை எடுத்துக்கொள்வதாகக் கூறினாள். அமிர்தசரஸுக்கு ரயிலொன்று பதினோரு மணிக்கு கிளம்புகிற தென்றும், அதைப்பிடித்தால் போதுமெனக் கூற, அவளை ரயில் நிலையத்தில் ஏற்றி விட வருவதாக உறுதியளித்துவிட்டு வேகமாகக் கிளம்பினேன்.

வளாகத்தில் இருள் கொஞ்சமாக விலகி, அதிகாலையின் வெளிச்சம் வரத் துவங்கியிருந்தது. பக்கத்து கட்டடத்திற்கு முன்பாக பலர் முகமூடிகளோடு வாசலைச் சூழ்ந்து நின்றிருந்தார்கள். பஜாரில் கடைகள் அனைத்தும் வழக்கத்திற்கு மாறாக மூடப்பட்டிருந்தன. சாலையோரத்தில் சிவப்புக் குல்லாய் அணிந்திருந்த முதியவர் டோங்கா வண்டிகள் எதுவும் இயங்காதெனக் கூறி விட்டு நகர, நான் நடந்தே வீடு செல்வதென முடிவு செய்தேன்.

மயான அமைதியில் நான் வந்தடைந்த மேட்டு நிலத்திலிருந்து பார்க்கையில், தாழ்வெளியில் கால்வாய் தாண்டி இருந்த ரயில் நிலையத்தில் வழக்கத்திற்கு அதிகமான கூட்டம் குவிந்திருக்க, அதைக்கடந்து தெற்கு நோக்கி நடந்து தெருவிற்குள் நுழைவதற்கு முன்பாக பார்க்கையில் தொலைவில் கரும்புகைகள் வானில் அப்பியிருந்தன.

ஊசி ஊசியான தேவதாரு மற்றும் அரச மரங்கள் அடர்ந்த பழைய பாதையைக் கடந்து, யாருடைய நடமாட்டமுமின்றி, காலியான தெருவினூடாக நடந்து வந்து சேர்கையில், வழக்கத்திற்கு மாறாக என் வீட்டின் கதவுகள் தாழிடப்படாது கோணலாகத் திறந்து கிடந்தது. முன்னறைகளின் மேஜையில் தண்ணீரும், தேநீரும் பாதி நிரம்பியபடி, கோப்பைகள் அப்படி அப்படியே வைக்கப்பட்டிருந்தன. வீட்டின் பெரும்பாலான பொருட்கள் கலைந்து வேறு இடம் மாறியிருந்தன. நான் மீண்டும் எல்லோரையும் அழைத்தபடி பின்கட்டிற்கு வந்த போது விறகடுப்புகள் நீர் ஊற்றி அணைக்கப்பட்டிருந்தன.

வேகமாக வெளியில் வந்தபோது துணிமணிகளும், பொருட்களும் சிதறியபடி, தெருவின் பெரும்பாலான வீடுகள் காலியாகியிருந்ததையும், சில வீடுகளின் கூரைகள் சரிந்திருப்பதையும், சுவர்கள் பாதி இடிக்கப்பட்டிருந்ததையும் கண்டேன். நான் நடந்து தெருவின் முடிவுக்கு வர, அவ்வீட்டிலிருந்து ஒருவர் சில பொருட்களை கையில் அள்ளியபடி வெளியில் வந்தார். என்னைப் பார்த்தவர்,

கண்ணில் நீர் தங்க, எல்லோரும் கிளம்பி விட்டதாகவும், என் அப்பா என்னைத் தேடித்தான் சென்றிருப்பதாகவும் கூறினார்.

நான் தெருவை விட்டு நீங்கி, குறுக்குப்பாதையில் விரைகையில் பாதையோரங்களில் காலணிகள் மற்றும் உணவுப்பொட்டலங்கள் சிதறிக்கிடந்தன. முதல்முறையாக தொலைவில் வெடிச்சப்தங்கள் கேட்க, நான் மேட்டு நிலத்திற்கு வந்து சேர்கையில் ரயில் நிலையத்தின் பாதைகள் துவங்கி, நடைமேடைப் படிக்கட்டுகள், அதைக்கடந்த வாசலின் வழியாக சாலையின் விளிம்பு வரையிலுமாக கூட்டம் வந்து விட்டிருந்தது. நான் சரிவில் இறங்கி வந்துகொண்டிருக்க, தொலைவில், நான் பார்க்க, காலையில் நானிருந்த கட்டிடம் கரும்புகையைக் கக்கியபடி எரிந்துகொண்டிருந்தது.

அங்கு நிலவிய அதிகமான கூச்சலிலும், குழப்பத்திலும் ஊடாக ஊரின் எல்லா இடங்களிலிருந்தும் வந்து சேரும் ஆட்களின் எண்ணிக்கை கூடிக்கொண்டே சென்றது. நிலையத்தின் வாசலிலேயே பலர் உரத்த குரல்களில் வாக்குவாதத்தில் ஈடுபட்டிருந்தார்கள்.

நெரிசல் நிமிடத்திற்கு நிமிடம் அதிகரித்துக்கொண்டு செல்ல, தொலைவிலிருந்து பதின்மவயதில் ஒருவன் எங்களை நோக்கி ஓடி வந்தான். அவன் முன்னால் நின்றவர்களிடம் பேச, சில நொடிகளில், அவனுக்கு மட்டுமாக வழிவிடப்பட்டது. நிமிடங்களில் தாழ்ந்த குரலில் கிழக்கில், பல கல் தொலைவிலுள்ள அருகிலிருந்த ஊரில் ரயில் நிற்பதாகவும், அது இங்கு வர மிகக் காலதாமதமாகும் என்றவாறும் அறிவிப்புகள் வந்தன.

அடுத்த சில கணங்களிலேயே கூட்டத்தில் சலசலப்புகள் ஏற்பட்டன. மிக விரைவிலேயே அக்கூட்டம் பல துண்டுகளாக சிதறுவதைப் பார்த்தேன். நிலையத்தின் நுழைவாயிலிலேயே சிலர் சரிந்து விழுந்து கிடக்க, நெரிசலினூடாக அக்கூட்டத்தின் ஒரு பிரிவினர் எதிர்த்திசையில் ஓடத் துவங்கியிருந்தனர். அவர்களில் சிலர் சாலையோரத்தில் இருந்த சிலகற்களை எடுத்துக்கொள்ள, மற்றவர்கள் அவ்வளவு நேரம் உள்ளே மறைத்திருந்தார் போன்ற நீள நீளமான கூர் ஆயுதங்களை எடுக்கத் துவங்கினர்.

நிலையத்தில் அடைபட்டிருந்த மீதமிருக்கும் ஆட்களிடம் பதற்றம் உருவாகியிருக்க, அங்கிருந்த அதிர்ச்சியடைந்த

முகங்களின் குவியலினூடாக, அப்பா உட்பட எவரையும் என்னால் கண்டுபிடிக்க முடியவில்லை.

கூட்டத்தில் ஏற்பட்டிருந்த பிளவினூடாக நடந்து, நான் படிகளில் ஏறுகையில், நடைமேடையில் இருந்த கூட்டம் உரக்க சப்தமெழுப்பியபடி நிலையத்திலிருந்து கீழிறங்கி, இருப்புப்பாதை துவங்கி நாலாபுறமும் சிதறியது. ஒருவன் கையில் நீளக்கத்தியோடு பக்கவாட்டில் நிலையத்தினுள்ளே சென்று கொண்டிருக்க, கூட்டம் பெண்களின், குழந்தைகளின் அலறல்களினூடாக எதிர்த்திசையில் கலைந்ததைப் பார்த்தேன்.

நான் ஏறிய விதமாகவே இறங்கி, நிலையத்தின் குறுக்கில் இருந்த சரிந்த இடத்தில் துவங்கியிருந்த ஒற்றையடிப் பாதை வழியாக கால்வாயை அடைந்தேன். சிலர் எனக்கு முன்னால் சென்றிருக்க, மிகக்கவனமாக எதிர்ப்புறமாக சென்று கொண்டிருந்த கணுக்காலளவுள்ள தண்ணீரில் இறங்கி முன் நடந்தேன்.

அந்த அகண்ட கால்வாயின் ஓரமாக நடந்து செல்கையில் மேட்டு நிலத்தில் அலறல்கள் தொடர்ந்து கேட்டபடி இருந்தன. சில தூரங்கள் நடந்து, நான் கரையேறி திரும்பிப் பார்க்கையில் அங்கு ஓடும் நீர் மங்கிய சிவந்த நிறத்தில் கலங்கியிருந்தது.

நான் விரைவாக மேட்டு நிலம் ஏறி, உயரத்திலிருந்து பார்க்க ரயில்நிலையத்தின் வெளியெங்கும் ரத்தமும், கருப்பும் படிந்து, மனிதர்கள் ஆங்காங்கே விழுந்து கிடப்பதாகவும், சாலைகளில் பார்வை செல்லும் தூரம் மட்டும் சுற்றிலும் கும்பல் கும்பலாக ஆட்கள் சாலைகளில் தனித்தனியாகப் பிரிந்து அலைந்து கொண்டிருந்ததாகவுமாகத் தென்பட்டார்கள்.

2

நான் சமவெளிக்கு வந்து சுற்றிலும் பார்க்கையில் கரும்புகைகள் எல்லாத் திசைகளையும் நிறைத்திருந்தன. மனிதர்கள் சிறுசிறு கும்பலாக அலைந்து கொண்டிருந்த எதிர்த்திசையில், மீண்டும் ரயில் நிலையம் நோக்கி செல்வது மிகவும் ஆபத்தான ஒன்றாகவே தோன்றியது. என் முன்னால் நீண்டிருந்த பாதைகள் வெறுமையாகக் காட்சியளித்தாலும், எங்கிருந்தாவது யாராவது வரக்கூடும்.

எதிரில் சென்ற பாதையின் இருபுறமும் வயல்வெளிகளோடு வெளிர் மஞ்சள் நிறம் வெகுதூரம் வரை நீண்டிருக்க, வேகமாக நடந்து முன் சென்றேன்.

காலையின் வெயிலில் பல தூரம் கழிந்து உள்ளார்ந்த கிராமங்களிலிருந்து ஒற்றையடிப்பாதையில், சில பெண்கள் தனியாகவும், சிலர் கைகளில் குழந்தைகளோடும் எங்களை வந்தடைந்தனர். அப்பாதையின் இரு பக்கங்களிலும் வைக்கோல்கள் எரிக்கப்பட்டும், மரங்கள் ஏராளமாக வீழ்த்தப் பட்டும் கிடந்தன. இரண்டு மாடுகள் சப்தமெழுப்பியவாறு என் பின்னால் வர, சில நிமிடங்களில் யாரோ என்னைப் பின்தொடர்ந்தார் போல உணர்ந்தேன்.

பலர் குழந்தைகளுடனும், கால்நடைகளுடனும் பின்தங்கி விட, நான் அவர்களிடமிருந்து பிரிந்து, தனியே சில தூரங்கள் நடந்து வருகையில் பாதையெங்கும் மூட்டைகள் கிழித்து அவிழ்க்கப்பட்ட கோதுமை மற்றும் நெற்கதிர்கள் சிதறிக்கிடந்தன. சில தூரங்கள் கடந்து, பழங்கள் மற்றும் காய்கறிகள்... அதே நேர்கோட்டில் நெடுந்தூரம் தனியே நடந்து கடந்த பின் தான் முதன்முறையாக அதைப்பார்த்தேன்.

இரு மருங்கிலும் தலை கவிழ்ந்த நிலையில், முகம் தெரியாதபடி, பல பிணங்கள்.

நான் கண்மூடியபடி அதைக்கடந்து பின் சில நிமிடங்கள் கழிந்து வந்த ஊரினுள் நுழைந்தேன். அங்கு இருந்த தெருக்கள் அனைத்தும் சிதலமடைந்து, ஒரு உயிரின் நடமாட்டமும் இல்லாது மொத்த ஊரும் சூனியமாகி விட்டார் போலக் காணப்பட்டது.

அந்த ஊரினுள் நான் எனது ஒவ்வொரு அடியையும் எச்சரிக்கையுணர்வோடு எடுத்து வைத்தேன். பல தெருக்களைக் கடந்து சென்றபோது பார்க்கையில், அங்கிருந்த வீடுகள் எரிக்கப்பட்டிருந்தன. சுவர்கள் ரத்தச்சுவடுகள் படிந்து கிடக்க, தெருக்களில் கற்கள், கட்டைகள், கத்திகள், வீச்சரிவாள்கள் சிதறிக் கிடந்தன.

ஊரின் எல்லையை நோக்கித் தொடர்ந்து நடந்து, எல்லாவற்றையும் கடந்து, தனியாக ஆலங்களும், வேம்புகளும் சூழ இருந்த மிகச்சிறிய ரயில்நிலையத்தை அடைந்தேன். உள்ளே ரயில் நின்றுகொண்டிருக்க, நான் வெளியிலிருந்து பார்க்கையில், மொத்த கட்டடத்திலும் யாருடைய

நடமாட்டமும் இருப்பது போலத் தோன்றவில்லை. கிழிந்த ஆடைகள் மற்றும் கவிழ்ந்த தண்ணீர் பாண்டங்களினூடாக, காலடிப்புழுதிகள் படிந்த நுழைவாயிலைக் கடந்து உள்ளே செல்கையில் அந்த ரயில் வெயிலில் உறைந்திருந்தது.

மூட்டைமுடிச்சுகள் முற்றாக அடைத்திருந்த அந்தப் பெட்டிகளை நான் கடந்து செல்ல எங்கும் ஏராளமான அரிவாள்கள், கோடரிகள், இரும்புக்கம்பிகள். அதனூடாக ரத்தவாடைகள் மற்றும் மனிதக்காலடிகளின் வடிவத்தில் உலர்ந்த, உலராத சிவப்புத்தடங்கள்.

நான் திரும்ப வேண்டி, அந்த இருப்புப்பாதையை குறுக்கில் கடக்க, தொலைவில் ஜன்னலில் அசைவுகள் கொண்டிருந்த அந்த தனித்த அறையை நோக்கிச் சென்றேன்.

பழுப்புநிறத்தாள்கள் அந்த அறையெங்கும் சிதறிக்கிடக்க மூலையில் இருந்த மேஜையில் ஒருவன் மட்டும் தலைப்பாகை அணிந்தபடி தலை கவிழ்ந்திருந்தான். துப்பாக்கி ரைஃபிள் ஒன்று மூலையில் சாத்தி வைக்கப்பட்டிருக்க, மற்றொரு ரைஃபிள், அந்த மேஜையின் மீதே, அதன் கூர் முனை அவனது நெற்றிப்பொட்டை நோக்கியவாறு இருந்தது. அவனது கை விரல்கள் அந்த ரைஃபிளின் பொத்தானில் இருந்தன.

நான் மெதுவாக நடந்து முன் செல்ல, அவன் உயிர் பெற்றார்போல உடல் அசைத்து பின் தலை நிமிர்ந்தான். சில நொடிகள் என்னைத் தொடர்ந்து பார்த்தவனின் முகத்தை நான் இன்றும் மறந்து விடவில்லை.

பல இரவுகள் உறங்கிடாதவன் போல அவனது கண்கள் அதிகம் சிவந்திருந்தன. வியர்வை வழிந்திருந்த முகம் அதிகம் களைத்து, சோர்வுற்றிருந்தது. அவன் தனது உலர்ந்த சிவப்புக்கறை படிந்த கைகளால், ரைஃபிளை முகத்திலிருந்து நகர்த்தி அப்பால் வைக்க, நான் வலிந்து என்னை அறிமுகம் செய்து கொண்டேன். அவன் தன் தலைப்பாகையை சரி செய்து அமர்த்திய விதம் அவனொரு சீக்கியனெனக் காட்டியது.

தொடர்ந்து நான் கிளம்பி வந்த ஊரையும், எல்லோரையும் நான் தேடுகிறதையும் கூற, அவன் தலை குனிந்தவாறு இருந்தான். இறுதியாக ரயிலைக் குறித்துக்கேட்க, அவன் வெளியில் பார்த்தான். பின் சுற்றிலும் சில நொடிகள் பார்த்தபடியே ரயில் அங்கிருந்து இனிமேல் நகராதென்றான்.

தொடர்ந்து அவன் எதுவுமே பேசாமல் இருக்க, நான், கடந்து வந்த பாதையில் பார்த்ததையும், எப்படியாவது அமிர்தசரஸ் செல்ல வேண்டுமென்பதையும் கேட்டுக்கொண்டேன்.

அவன் எதுவும் கூறாது, எழுந்து அறையை விட்டு வெளியே சென்றான். நொடிகள் கழிந்து மீண்டும் அந்த அறையினுள் வந்து குரலை சரிசெய்தபடியே, கிழக்கில் உள்ள ஊர்கள் அனைத்தும் காலியாகிவிட்டதெனவும், அங்கே தனியே செல்வது ஆபத்தெனவும் கூறினான். தொடர்ந்து கூட்டம் கூட்டமாக எல்லோரும் சேர்ந்து வரும் கஃபீலா ஒன்று இருபது மைல்கள் தாண்டி உருவாகியிருப்பதையும், என்னை அங்கு விடுவதாகவும், அதனோடு சேர்ந்து பின்பு குடும்பத்தைத் தேடிக் கொள்ளுமாறும் கூறினான்.

எதிர்பாராத அவனது அந்த சொற்கள் ஏற்படுத்திய நம்பிக்கையில் நான் தலையசைக்க, அவன் தன்னுடைய ரைஃபிளை எடுத்துக் கொண்டான்.

நாங்கள் நேரடியாக ஊருக்குள் சென்றோம்.

அன்று நான் பார்த்த காட்சிகள் எதையும் என்னால் என் நினைவிலிருந்து அகற்ற முடியவில்லை. எல்லா இடங்களிலும் மக்கள் ஆங்காங்கே இறந்து கிடக்கிறார்கள். எல்லா இடங்களும் தீ வைக்கப்பட்டிருந்தன. ஜ்வாலைகள் இன்னும் எரிந்தபடி வண்டிகள் கவிழ்ந்து கிடந்தன. தானிய மற்றும் உணவு மூட்டைகள், வியாபார பொருட்கள் அனைத்தும் சிதறி, கற்கள் பாதைகளெங்கும் தாறுமாறாகக் கிடந்தன.

அவன் தலை நிமிர்ந்தபடியே என்னுடன் வந்தான். உயரத்திலிருந்த ஒரு வழிபாட்டுத்தலம் இருந்த அந்தப் பாதையை கடக்கையில் முகத்தை திருப்பிக்கொண்டான். பின்பு பல சந்துகளை, தெருக்களை குறுக்குப்பாதையில் கடந்து, எதிர்த்திசையில் பெரும் ஆலமரம் தாண்டிய பாதையில், தென்னை, பலா, எலுமிச்சை என பல மரங்கள் சூழ இருந்த அந்த வீட்டிற்கு என்னை அழைத்துச் சென்றான். நான் வெளியிலிருந்து பார்க்கையில், முழுக்கவே பழங்கால மரக்கூடங்களால் ஆன அந்த பிரமாண்டமான வீட்டினில் எவரும் இருப்பது போலத் தெரியவில்லை. அவன் என்னை உள்ளே அழைத்து, சில நிமிடங்களில் திரும்பி வந்து நீரையும், சில காய்ந்த ரொட்டிகளையும் தந்து, பின் தான் மட்டுமாக அவ்வீட்டினுள்ளே சென்றான்.

நான் அங்கிருந்த கிணற்றருகே செல்ல, மாடியிலிருந்து ஒரு குரல் உரத்துக் கேட்டது. நான் பார்க்க அவன் மாடியில் நின்று கொண்டிருந்தான். அவன் கண்கள் அப்போதுதான் கலங்கியிருந்தார் போல இருந்தன. அங்கே போகாதே எனக் கையசைத்தான்.

நான் அவ்வீட்டின் வாசலிலேயே அமர்ந்திருந்தேன். சுற்றிலும் மாமரங்களும், தென்னைகளும் சூழ்ந்திருக்க மிகக்குளிர்ந்த காற்று முகத்தில் வீசிக்கொண்டிருந்தது. நான் அந்த வீட்டைச் சுற்றிலும் பார்த்தபடி இறுதியாக நிலைவாசலின் திண்ணையருகில் உள்ள தளத்தின் அருகிலிருந்த கதவின் பக்கத்தில் மேற்புறச்சுவரில் இருந்த அந்த புகைப்படத்தைப் பார்த்தேன்.

அந்த படத்தில் இருபதிற்கும் மேற்பட்டோர் ஒன்றாக தோள் மீது தோள் போட்டு நின்று கொண்டிருந்தார்கள். நான் பார்க்கையில் பழுத்த முதியவரிலிருந்து பெண்கள், குழந்தைகள் வரை அந்த புகைப்படத்தில் இருந்தார்கள். அடுத்த சில நிமிடங்கள் அப்புகைப்படத்தில் ஒவ்வொருவராக பார்த்துக்கொண்டிருந்தேன். அவர்கள் எல்லோரும் அவர்களுக்கேயுரிய தோரணையோடும், கம்பீரத்தோடும், முகத்தில் படிந்த ஒரு வித நிரந்தரமான மகிழ்ச்சியோடும் நின்று கொண்டிருக்க, அதில் அவனை என்னால் கண்டுபிடிக்க இயலவில்லை.

அந்த வீட்டின் வாசலிற்கு அருகிலேயே படிக்கட்டுகள் துவங்கியிருந்தன. நான் எழுந்து அதன் அருகில் செல்ல, மாடிக்கு வளைந்து சென்ற அந்த படிகளில் ரத்தம் வழிந்து உறைந்திருந்தது.

சில நிமிடங்களில் அப்படிகளின் வழியே இறங்கிவந்து என் முன்னால் சென்றவனின் கழுத்தில் புதிதாக மரபான வடிவத்தில் ஒரு சங்கிலியும், இடுப்பில் ஒரு இடைவாரும், அதில் ஒரு வாளும் சொருகப்பட்டிருந்தது.

நாங்கள் அங்கிருந்து கிளம்புவதற்கு முன்பாக, அவன் மீண்டும் அவ்வீட்டினுள் சென்று, விஸ்தாரமாக பரவியிருந்த முன் வெளியின் எல்லா இடங்களிலும் அலைந்து, பின் அவ்வீட்டை விட்டு வெளிவந்து தன்னைப் பின்தொடருமாறு கூறினான்.

நாங்கள் குறுக்குப்பாதையில் நடக்கத் துவங்குகையில் அந்தி வரத்துவங்கியிருந்தது. மிகக்குறைந்த வெளிச்சத்திலேயே,

முழுக்க சூனியமான பல தெருக்களைக் கடந்தோம். பின்பு நாங்கள் இறுதியாக ஒற்றையடிப்பாதையினூடாக கண் காணும் தொலைவு வரை வயல்கள் மட்டுமே இருந்த நிலத்தை வந்தடைந்தோம்.

முழுக்க இருள் கப்பிக்கொண்டு வந்த பிறகு, வயக்காட்டினூடாக, அவ்வப்போது கையில் பந்தம் ஏந்திய கன்னங்கரிய உருவங்கள் தொலைவில் மேட்டுநிலங்களில் தெரிந்து கொண்டிருந்தன.

இருளின் அடர்த்தி அதிகரிக்க, எங்கிருந்தோ அவன் கொணர்ந்த நீரை மட்டுமாக அருந்தி விட்டு, நான் நிமிர்கையில், அவன் இது தங்களுடைய வயல்காடு எனக் கூறினான். இதன் பிறகு அடர்ந்த காடொன்று இருப்பதாகவும் இங்கேயே இருப்பது பாதுகாப்பெனவும் அவன் கூற, சில நிமிடங்களில், நான் அப்பாதையின் ஓரத்தில் படுத்து விட்டிருந்தேன்.

நரிகளின் ஊளைகள் அவ்வப்போது கேட்டுக்கொண்டிருக்க, இரவின் கனவில் நானும், அப்பாவும், மற்றவர்களும் அக்காட்டில் சந்திப்பதாகவும், பின் ஒரு நதியும், அதில் நானும் அவளும் விளையாடிக்கொண்டிருப்பதாகவும், பின் அவர்கள் கரையில் இருக்க, நான் மட்டுமாக அந்த நதியோடு சென்று விடுவதுமாக வந்துகொண்டிருந்தது.

3

அதிகாலையின் வெளிச்சம் முழுக்க வந்திடாது இருந்த பொழுதில் வயலைக் கடக்கையில், எங்களைத் தாண்டிய மேட்டு நிலத்தில், சில நாட்களுக்கு முன்பாகவோ, அல்லது அன்று தான் என்பது போலவோ யாரோ ஒருவர் அடக்கம் செய்யப்பட்ட அடையாளம் போல மணல் குவிக்கப்பட்டுக் கிடந்தது.

அந்த மேட்டு நிலத்தைக் கடந்து, சிறு முட்பாதையினூடாக சென்று, அவ்வப்போது கைகளற்று, கால்களற்று ஆங்காங்கே மனிதர்கள் கோரமான நிலையில், அநாதரவாக இறந்து கிடந்த அந்தக்காட்டை நாங்கள் பாதி கடந்து முடிக்கையில் முற்பகலாகியிருந்தது.

காட்டின் அடுத்த பகுதியினுள் நாங்கள் நுழைந்தபோது, எங்களுக்கு எதிரில் தென்பட்ட முதல் மரத்தின் உயரத்தில்

இலைகளற்ற கிளையில் ஏராளமான பறவைக்கூடுகள் காலியாகியிருந்தன. நாங்கள் அக்காட்டினுள் உட்செல்ல மரங்களின் அடர்த்திகள் கொஞ்ச கொஞ்சமாகக் குறையத் துவங்கி, தொலைவிலிருந்து ஒரு பறவை அவன் தலையை உரசியவாறு வேகமாக பறந்து சென்றது.

எங்கும் மரக்கிளைகள் தாறுமாறாக முறிந்து கிடக்க, அவன் சுற்றிலும் பார்த்தபடி பேசத்துவங்கினான்: "நான் இந்த வழியாகத்தான் என் வீட்டிலிருந்தும், எங்கள் வயல்களிலிருந்தும் தானிய மூட்டைகளை வண்டிகளில் தினமும் நகரம் கொண்டு சேர்ப்பேன். இந்தப் பாதைகளின் தனி விதங்கள் அனைத்தும் மனதின் ஆழத்தில் பதிந்து போயிருக்கிறது. இன்று எல்லாம் உயிரற்று போய்க்கிடக்கிற இந்த காட்சிகளை என்னால் பார்க்க முடியவில்லை. இவை அனைத்துமே மொத்தமாக யாரோ ஒருவர் உருவாக்கிய துர்கனவாகத் தோன்றுகிறது...".

நான் தயக்கத்துடன் அவனிடம் அப்புகைப்படத்தை நினைவுறுத்தி, அதில் அவன் இல்லாமல் இருந்ததைக் கேட்டேன். அவன் தாத்தாவின் காலடியில் அமர்ந்திருந்தவன் தானென்றான்.

சில நொடிகளில் வேறு சில பறவைகள் எங்களைக் கடந்தன. பல நிமிடங்கள் எதுவும் பேசாமல் இருந்தவன், பின் மீண்டும் அவற்றைப் பார்த்தபடி, மெதுவாக, மிக மெதுவாக, கோர்வையற்று பேசத்துவங்கினான்:

"நாங்கள் அனைவரும் தாத்தாவை எவ்வளவோ முறை எங்களோடு வருமாறு அழைத்தோம். குடும்பத்தினுள் பலரும் அரைகுறை மனதுடன் ஒருவாறு வர சம்மதித்திருக்க, அவர் மட்டும் வர மறுத்து விட்டார். பல நாட்களாக இரவு பகலாக பேச்சுவார்த்தை நிகழ்ந்தது. சிலர் நம்மை மதம் மாற்றி விடுவார்கள் என்றார்கள். சிலர் அத்தைகளின், சித்திகளின் பாதுகாப்புகள் குறித்துப் பேசினார்கள். எல்லோரும் கடும் பயத்திலும், பதற்றத்திலும் இருக்கிறாற் போலத் தோன்றியது.

தாத்தா தொடர்ந்து தன் நிலையிலிருந்து மாறாமலிருக்க, எல்லோரும் கூடியிருந்த இரவில் நான் மட்டும் அவரிடம் தனியே பேச வேண்டுமெனக் கேட்டுக்கொண்டேன். எல்லோரையும் தாத்தா வெளியில் போகச்சொன்னார். நான் அவரிடம் மிகத்தாழ்ந்த குரலில் அவரை எங்களோடு உடன் வருமாறு கேட்டேன். அவர் சாய்ந்த நாற்காலியில்

அமர்ந்தபடி, ஜன்னலிற்கு வெளியில், அரை நிலவொளியில் தெரிந்த இருளைப் பார்த்துக் கொண்டிருந்தார்.

பின்பு அவருக்கேயுரிய குரலில் என்னிடம் எப்போதும் பேசும் தொனியைத் தவிர்த்து, வேறு ஆழ்ந்த குரலில் என்பதுபோல பேசத்துவங்கினார்: "சாது ஒருவர் ஒரு நாள் வனமொன்றை கடக்கையில் பெருமரமொன்று வேரில் தீப்பிடித்து எரிவதைக் கண்டார். சில கணங்களிலேயே நெருப்பு அம்மரத்தின் வேரிலிருந்து ஒவ்வொரு கிளையாக, தூராக, இலையாக பரவுவதையும் கண்டார். அந்த மரத்தில் அவ்வளவு காலம் குடியிருந்த பறவைகள் அனைத்தும் ஒவ்வொன்றாக அங்கிருந்து பறந்து சென்று விட, கொழுந்து விட்டு எரியும் நெருப்பிற்கு நடுவில் ஒரு பறவை மட்டும் தனியே இருந்தது. அவர் அப்பறவையிடம், 'நீ மட்டும் இன்னும் ஏன் இங்கிருந்து செல்லாமல் இருக்கிறாய்' எனக் கேட்டார். அப்பறவை, 'நான் இம்மரத்தின் கனிகளாலும், கிளைகளாலும், வேரினாலும் தான் இவ்வளவு காலம் உயிர் வாழ்ந்திருக்கிறேன். இந்த மரம்தான் எனது சாரம். ஒருவகையில் நான் இந்த மரத்தினால்தான் ஆக்கப்பட்டிருக்கிறேன்' எனக்கூறியது. இன்று காலையிலிருந்து எனக்கு இதுதான் நினைவுக்கு வந்து கொண்டே இருக்கிறது."

இறுதியாக தாத்தா தீர்க்கமான குரலில் கூறினார்: "ஒரு வகையில், நானும் அந்தப்பறவையைப் போலத்தான்..."

அன்றைய இரவில் அதற்கு பின்பு நான் கேட்ட எந்தக் கேள்விகளுக்கும், செய்த பல வித தர்க்கங்களுக்கும் தாத்தா பதிலளிக்கவில்லை. இறுதியாக முதலில் கூறியது போலவே தான் இங்கேயே இருப்பதாகவும், மற்றவர்கள் தொடர்ந்து முன் செல்லுங்கள் என்றும், எல்லாம் முடிந்த பின் நாம் ஒருவருக்கொருவர் முகம் பார்த்துக்கொள்ளலாம் என்றும் அவர் கூற, யாரும் எதுவும் பேசவில்லை.

நாங்கள் அவரோடே தங்கி விட, சில நாட்களுக்கு முன்பாக நாங்கள் பயந்த அந்த விஷயத்தின் அறிகுறிகள் நிகழத்துவங்கின. கூட்டம் கூட்டமாக யார் யாரோ எங்கள் ஊருக்குள் நுழைந்த அந்த இரவையும், அதன் பின் நடந்தவைகளையும், இக்கணம் மீண்டும் நினைத்துப் பார்க்கையில், ஒரு போதும் காண விரும்பாத ஒரு கொடுங்கனவு போல இருக்கிறது. கடந்த சில நாட்களாகவே நான் கனவிலும் நினைத்திராத மாபெரும் தவறுகளை இழைத்து விட்டதாகவே எனக்குத் தோன்றுகிறது..."

அந்த இடத்தில் அவனது குரல் உடைய, சில நிமிடங்கள் நாங்கள் இருவரும் எதுவும் பேசாமல் வந்தோம்.

அவனாகவே "நான் அந்தப் பறவையில்லை போலும்" என்றான்.

அந்தக் காட்டைக் கடந்து வேறு ஒரு கிராமத்திற்கு வருகையில் எங்கள் முன்னால் வந்த இருவர், அன்று இரவிற்குள் அங்கு மீண்டும் ஒரு கலவரம் வரப்போவதாகக் கூறினார்கள்.

அந்த கிராமத்திற்குள் நுழைந்தபோது கூட்டமாக மாட்டு வண்டிகளை ஓட்டியபடி சிலர் வந்து கொண்டிருந்தார்கள். அந்த வண்டிகளில் ஒன்றில் ஒரு கர்ப்பிணிப்பெண் அமர்ந்திருந்தாள். அங்கு நின்றிருந்தவர்கள் அனைவரின் கைகளிலும் தாக்குக் கட்டைகள் இருந்தன. அதில் ஒருவர் தாங்கள் தொலைவில் உருவாகியிருக்கும் புதிய ஊருக்குச் செல்வதாகக் கூறினார்.

அவர்கள் தொடர்ந்து எங்களிடம் ஊர்கள் வழியாக செல்லும் நெடும்பாதைகள் அனைத்தும் ஆபத்து நிறைந்ததென்றும், பதிலாக ஊரைச்சுற்றி இருக்கும் காட்டை குறுக்கில் கடந்து, நதியின் வழியாக புதிதாக உருவாகியிருக்கும் எல்லையை அடையும்படியாகக் கூறினார்கள்.

அப்பாதைகளை, அத்திசைகளை நன்கு அறிந்தவன் போலும், அவன் நடைகளைத் தெரிவு செய்து அடிகளை எடுத்து வைத்தான்.

சில நிமிடங்களிலேயே மேகத்திரளிலிருந்து முதல் துளி மண்ணில் விழுந்தபடி தொடர்ந்து மழை பெய்யத்துவங்க, அந்த ஊரின் எல்லையிலிருந்த பழைய கமலைக்கிணற்றைத் தாண்டி, அக்காட்டின் பாதை வழியாக நாங்கள் நடக்கத் துவங்கினோம்.

ஒரு மரத்தினடியில் நான் எதுவும் கேட்காமலே, அவன் வீரமும், தைரியமும் நிறைந்த தன் வீட்டுப்பெண்கள் அனைவரின் இறுதி முகங்களும் தனக்கு இன்னும் மறக்காது இருக்கிறதெனக் கூறினான்.

பல நொடிகள் கழிந்து என் பெயரைக் கேட்டான். நான் கூறினேன். அவன் எதுவும் கூறாது, மழையில் முன் நடந்தான்.

காட்டினூடாக பல தூரங்கள் கடந்து, முன்மாலையில் இறுதியாக நாங்கள் போய் நிற்கையில் அந்த நதி மூர்க்கத்தோடு

சுழித்து ஓடிக்கொண்டிருந்தது. நிமிடத்திற்கு நிமிடம் அதில் நீர் வரத்து அதிகரித்துக்கொண்டிருக்க, அவன் அந்த நதியின் ஆழம் மற்றும் வீச்சு அந்த இடத்தில் குறைவென்றும், என்னை மெதுவாக முன் செல்லுமாறும் கூறினான்.

நதியில் இறங்குவது சாத்தியமற்றது என நான் நினைத்துக் கொண்டிருக்கையில், மெதுவாக அவன் தன் கழுத்தில் அணிந்திருந்த சங்கிலியை எடுப்பதைப் பார்த்தேன்.

அந்தச் சங்கிலி வழக்கமான ஒன்றைப் போலல்லாது ஏராளமான சிறிய சிறிய வளையங்கள், மணிகள், திருகுகள், இழைகள் மற்றும் உலோக முலாம் பூசப்பட்ட பல நிறத்தாலான பல விதமான கற்கள் பதித்த மிகச்சிறிய பதக்கங்கள் ஆகியவற்றைக் கொண்டிருந்தது. அதிலிருந்து பிரிந்த மற்றொரு ஆரத்தின் நடுப்பகுதியில் அதைப்போலவே சற்று அதிக அளவிலேயே இருந்த சிறுசிறு இழைகளுக்கிடையில் வட்டமான ஒரு சக்கரம் போன்ற வடிவம் மரத்தில் இருந்தது.

அந்தச் சக்கரத்தில் இரண்டு கண்கள் மட்டும் அகன்று விரிந்த நிலையில், தன் எதிரில் இருக்கும் மொத்த உலகையும் பார்க்கும் கோணத்தில் வரையப்பட்டிருந்தது.

அவன் என்னிடம் அதைக்காட்டி, இது தனது குடும்பம் ஒரு ரகசியம் போல பல நூற்றாண்டுகளாக, தலைமுறை தலைமுறை களாக வைத்திருந்த சக்கரம் என்றும், அதை தன் பாட்டியின் முன்னோர்கள் ஒரு நதியில் தான் கண்டெடுத்தார்கள் என்றும், தன் பாட்டி அதைப் பாதுகாத்தாள் என்றும் கூறினான்.

தயக்கத்துடன் நான் நின்றிருக்க, தொடர்ந்து, அவன் நான் அதைப் பெற்றுக்கொள்ள வேண்டுமென்று கூற, வலுத்துப் பெய்த மழையின் சப்தங்களினூடே, நான் தயங்கி, பின் அதை வாங்கி அணிந்துகொண்டேன்.

நாங்கள் கரை அருகில் செல்ல, அவனை முன் செல்லப் பணித்தேன். அவன் என்னை முன் செல்லுமாறு கூறினான்.

அந்தச் சங்கிலி என் கழுத்தில் இருக்க, நான் அழுத்தமாக, அவன் கையைப் பிடித்தபடி, நதியில்மெதுவாக இறங்கினேன்.

சற்று நேரத்தில் உள்வரத்து அதிகரித்து, சுற்றிலும் சுழன்றடித்த படி, நீரின் வேகத்தில் நான் கிட்டத்தட்ட அடித்துச் செல்லப்பட, ஆற்றின் நடுவே எனது உடலின் கீழ் ஏதோவொன்று சிறிய மரம் போலபெரிதாக புடைத்து உருவாகி நீரினடியில் உடன்

வருவது போலிருந்தது. நீரின் மூர்க்கமான பாய்ச்சலில், நான் தடுமாறிக் கண் மூட, சிறிது நேரத்திலேயே நான் மிதக்கத் துவங்கியதை உணர்ந்தேன். பின் என் உடல் தாமாகவே தொடர்ந்து நீரின் போக்கில் மிதந்தபடி, பின் ஒரு தாழ்ந்த கொப்பைப் பிடித்தவாறு, மறுகரையை அடைந்தேன்.

நான் கரையேறி மணலில் நடந்து, அவனிருந்த அக்கரைக்கு எதிரில் வர, அவன் அப்பால் மரங்களினூடாக இருந்த இடைவெளியைக்காட்டி கையை அசைத்துக்கொண்டிருந்தான்.

வெளிச்சம் குறையத்துவங்க, நான் அங்கேயே அவனை எதிர்பார்த்து நின்று கொண்டிருந்தேன்.

ஆகாயத்தில் ஒரு பறவை நதியைக் கடந்து அப்பால் சென்றது.

அவன் அதை ஒருமுறை பார்த்து, பின் அக்கரையிலிருந்த ஒரு பெரிய மரத்தினடியில் தனது தலைப்பாகையை எடுத்து வைத்தான். பின்பு நீரினுள் இறங்கி, நான் பார்க்க இடைவாரிலிருந்த உலர்ந்த ரத்தக்கறை படிந்த வாளை எடுத்து நீரினில் நனைத்தான். அதை முன்னும் பின்னுமாக தேய்க்கத் துவங்கியவன், நான் சற்றும் எதிர்பாராத வகையில் அதை ஆற்றோடு செல்ல விட்டான். பின், தன் இரு கைகளை ஒருசேரக் குவித்து கண்கள் மூடியவாறு நின்றவன், பின் என்னைப் பார்க்காது, தலை குனிந்தவாறு, அந்த நதியில் மூழ்கினான்.

தொடர்ந்து ஆகாயத்தில் கேட்ட பட்சிகளின் சப்தங்களினூடாக, நான் அங்கேயே வெகுநேரமாக காத்திருந்தும், அவன் கரையேறி வரவில்லை.

மழை தொடர்ந்து பெய்துகொண்டிருக்க, நான் கரையில் நின்றபடி, நீர் வரத்து அதிகமாகியிருந்த நதியையே பார்த்துக் கொண்டிருந்தேன். தாறுமாறான நீர்ப்போக்கில் அவனது தடம் தெரியவில்லை.

அந்தியின் இருள் நெருங்க, என் அருகில் வண்டிகள் ஓடும் சப்தங்களும், தொலைவில் ஆட்களின் குரல்களும் கேட்டன.

நான் வேகமாக நடந்து மூட்டை முடிச்சுகளுடன் வந்திருந்த வர்களைப் பார்த்து அதில் ஏறும் முன்பாக, இறுதியாக தொலைவில் ஓடிய ஆற்றை மீண்டும் ஒரு முறை பார்த்தேன்.

அவன் வரவேயில்லை.

4

அந்த வண்டியில் பல மணி நேரங்கள் பயணித்து, நான் நள்ளிரவில் வந்து சேர்கையில், ஓரிரு வானுயர் வழிபாட்டுத் தலங்கள் தவிர்த்து, அமிர்தசரஸ் முழுக்கவே எரிந்து கொண்டிருந்தது.

எங்கும் அழுகை மற்றும் அலறல் சப்தங்கள் மட்டுமே கேட்டுக்கொண்டிருக்க, அங்கு தற்காலிகமாக உருவாகியிருந்த சிறிய முகாமொன்றில் தங்கியிருந்தேன். அந்தச் சங்கிலி தவிர்த்து, கையில் எதுவுமில்லாது இருந்து, பல நாட்களுக்கு அப்பாவையும், மற்றவர்களையும் பல்வேறு முறைகளில் மிகத்தீவிரமாகத் தேடிக்கொண்டிருந்தேன்.

நாற்பது ஆண்டுகள் கடந்துவிட்டது இப்போது.

அவர்கள் யாரும் இன்னும் உயிருடன் இருக்கிறார்கள் என்ற உறுதி இன்னும் கிடைக்கவில்லை.

இப்போது நான் நாட்டின் தென்பகுதியில் உள்ள ஒரு நகரத்திலே வாழ்ந்து வருகிறேன்.

அதிலிருந்த மற்ற பொருட்கள் காலப்போக்கில் என்னிடமிருந்து மறைந்தும், தொலைந்தும் இருக்க, அச்சக்கரம் மட்டும் இன்று வரை என்னோடு இருந்துகொண்டிருக்கிறது.

ஒருநாள் இண்டும், இடுக்கும், மரமும், மூலையும் நினைவில் இருக்கிற நான் வாழ்ந்த அந்த ஊருக்கும், அவனுடைய அந்த வீட்டிற்கும் சென்று, அங்கு உள்ளவர்களிடம் அல்லது அந்த நதியிலாவது அதைச் சேர்த்து விட வேண்டுமென நினைத்துக் கொள்கிறேன்.

பின்னிரவுகளில் தனியே, இப்போதும் அதை, அதன் அகல விரிந்த கண்களை எடுத்துப் பார்த்தபடியே இருக்கிறேன்.

அது அவனது குடும்பத்தின் கண்களின் வழியே இன்னும் என்னைப் பார்த்துக்கொண்டிருக்கிறது.